LƯỚT SÓNG TRÌ HOÃN CẬP BẾN THÀNH CÔNG

★1 sai lầm ít biết khiến hầu hết mọi người bị trì hoãn "cuốn trôi".
★2 tư duy khác biệt giúp bạn lọt top 10% dẫn đầu nhanh chóng.
★3 bước lướt sóng trì hoãn, tiến tới mọi ước mơ, ngay cả khi ngủ.

Tác giả: Fususu
Nguyễn Chu Nam Phương

Version 5.240515

Mục lục

Đôi Nét Về Tác Giả

Fususu - Nguyễn Chu Nam Phương

Là người hướng nội, ngại giao tiếp, từng 5 năm trì hoãn, viết mãi không xong chương đầu một cuốn sách. Dù đã học các khóa học truyền động lực mạnh mẽ nhất, nhưng vẫn chưa thể xuất bản, vì niềm tin giới hạn: Tốt nghiệp 4 điểm Văn, làm sao xuất bản sách?

Hiện tại, anh là tác giả của hơn 10 cuốn sách giấy đã xuất bản (3 trong số đó từng lọt top sách bán chạy Tiki) và hàng chục tựa sách điện tử khác (bạn đang đọc tựa sách thứ 25 đấy).

Bên cạnh đó, anh còn vượt qua các giới hạn của bản thân, tự dịch tới 6 sách của mình sang tiếng Anh, và là người Việt Nam đầu tiên đạt chức vô địch thuyết trình hài hước Toastmasters khu vực 5 nước Đông Nam Á.

Nam Phương tin rằng, "Trì hoãn là một con sóng, bạn có thể cho phép mình bị dìm xuống đáy đại dương thất bại, hoặc cưỡi sóng để cập bến thành công nhanh chóng."

Những bí quyết trong sách đã giúp anh, giúp nhiều người chinh phục ước mơ lớn của họ, chắc chắn cũng sẽ giúp bạn tiến tới mọi mục tiêu mình đề ra nhanh hơn x2, sướng hơn x3.

Gia nhập cộng đồng 100.000+ độc giả theo dõi Fususu và nhận...

Tất cả những gì bạn cần làm, chỉ là quét mã QR ở trang bên để nhận.

fususu.com/qua-tang-mien-phi/?r=luotsong

Giờ thì lướt sóng trì hoãn thôi!

Trì Hoãn Đáng Giá Bao Nhiêu?

Để đời hay để... đấy?

Hơn 10 năm trước, trên bàn trà đạo, anh Nguyễn Thanh Hưng (biệt danh Hưng Tươi), một đồng nghiệp thân thiết của tôi, có chia sẻ đầy hứng khởi. "Phương à, anh có ý tưởng viết sách."

"Hay quá!" tôi reo lên, trong lòng nghĩ rằng anh Hưng có rất nhiều trải nghiệm độc đáo, đảm bảo sẽ ra sách để đời cho mà xem!

5 năm sau, khoảng 2016, nhân dịp tôi trở lại Hà Nội sau chặng đầu tiên ở Phú Quốc trên hành trình vừa du lịch vừa làm việc, hai anh em lại có dịp đàm đạo bên bàn trà.

Tôi hỏi, "Sách anh vẫn khỏe chứ?"

Mặt anh Hưng Tươi trông... "héo" hẳn, anh thở dài và nói, "Dạo này ở trường thiếu nhân sự, bao nhiêu việc đổ dồn về anh. Mà cũng mới cưới vợ nữa, thêm cả tá thứ phải lo em ạ."

"Anh sẽ làm được thôi," tôi động viên.

Anh Hưng gật đầu, sau đó tôi chia sẻ cho anh mấy bí quyết viết sách mình tâm đắc, đã giúp tôi nhiều năm qua. Anh nở nụ cười tươi lắm, ánh mắt sáng rực như muốn nói, "*Rồi mình sẽ ra sách, sẽ trở thành tác giả tự do như Phương, không phải đi làm quần quật ngày 8 tiếng thế này nữa!*"

Một thời gian sau, tôi ra thêm vài cuốn sách nữa. Hai anh em lại có dịp đàm đạo, lần này là bên mâm cơm chay. Thú thật với bạn, anh Hưng rất có khiếu kể chuyện, mỗi lần gặp anh là tôi lại được cười như nắc nẻ, tôi thật sự mong được nhìn thấy cuốn sách để đời của anh.

Tôi hỏi, "Sắp ra sách chưa anh?"

"À," anh Hưng cười tươi rói. "Sách chưa ra, nhưng mới ra... đứa con trai, thêm cả tấn việc em ạ!"

Dù anh cười tươi lắm, nhưng tôi biết trong lòng anh vẫn đau đáu vì đứa con tinh thần "khó đẻ". Tôi cũng rất lo cho anh. Vì theo thời gian, ai cũng già đi, những ký ức ấn tượng đến mấy mà không ghi lại, rồi sẽ lãng quên. Những bài học hữu ích mà không được nhiều người biết tới, sẽ khó mà phát huy hết giá trị. Nếu cứ mãi trì hoãn như thế, sách của anh sẽ được tài trợ bởi NXB Thế GiớiBên Kia mất!

Do vậy, sau đó tôi đã chăm nhắn tin cho anh hơn, tích cực động viên anh viết sách. Và anh đã rất chăm viết... giáo án, rồi đủ thứ sổ sách, giấy tờ ở trường.

Phải mãi tới tháng 8 năm 2021, khi tôi đang ở Nha Trang tìm ý tưởng cho sách mới, anh Hưng nhắn tin. "Em à, anh phải ra sách thôi, trì hoãn lâu quá rồi!"

Do tâm đầu ý hợp, nên chúng tôi đã đi tới một quyết định táo bạo. Đó là sẽ đồng tác giả một cuốn sách.

Nói thật với bạn, việc viết chung tưởng dễ, nhưng thực ra lại phức tạp hơn, với đủ mọi lý do:

- Văn phong mỗi người mỗi khác, nên sẽ khó mà nhất quán.
- Thế giới quan mỗi người mỗi khác, nên sẽ có mâu thuẫn trong khi viết.

- Thời gian công việc mỗi người mỗi khác, sẽ ảnh hưởng tới tiến độ.

Hơn nữa, do anh Hưng có nhiều ý tưởng nên ngày xưa, tôi cũng từng rủ anh viết chung một cuốn truyện (tiền thân của tiểu thuyết Bật Đèn sau này). Đúng là anh Hưng có nhiều ý tưởng tốt, nhưng sau đó chỉ có tôi là người viết.

Tuy vậy, lần này tôi cảm nhận được sự quyết tâm thật sự của anh Hưng. Mà bấy lâu nay, tôi cũng muốn viết một cuốn sách nói về chủ đề làm chủ cảm xúc, nên cũng hạ quyết tâm cùng anh chiến tới bến.

Chúng tôi hăng hái lắm, và việc gì đến cũng phải đến. Sau đó vài tháng, con thuyền của chúng tôi đã cập bến bờ... trì hoãn. Ở nơi đó, những cơn sóng "thần" do trì hoãn tạo ra, đã cuốn phăng anh Hưng mất tiêu lúc nào không hay!

"Anh Hưng ơi, bao giờ mình viết tiếp nhỉ?" tôi nhắn tin qua Facebook.

Vài ngày sau, không thấy anh trả lời.

Chắc do cuối năm, trường tổng kết, nên anh bận lắm. Tôi cũng hơi trách anh một chút, ông này viết sách "để đời" hay là "để đấy" đây??? Nhưng thầm nghĩ lại, ngày xưa tôi cũng trì hoãn đâu có thua kém gì?

Tôi từng trì hoãn 5 năm viết mãi không xong chương mở đầu của cuốn đầu tiên (Numagician). Lúc đó, tôi có một mình, mà còn trì hoãn như thế, huống chi anh Hưng có cả vợ con nheo nhóc, mà giờ phải viết cả sách đồng tác giả phức tạp gấp đôi. Nếu "đẳng cấp" trì hoãn của tôi ở mức bình thường, thì có lẽ anh ấy là dân... trì hoãn chuyên nghiệp rồi!

Nghĩ vậy, tôi hoàn toàn thông cảm cho anh ấy, và chấp nhận sự thật rằng dự án sách này chắc sẽ được cất dưới đáy đại dương trì hoãn vô thời hạn...

Hơn 9 tháng 10 ngày sau...

Một sáng đẹp trời ngày 30/10/2022, nếu bước vào quán Cafe Biblio trên đường Ngụy Như Kon Tum ở Hà Nội, bạn sẽ phải ngỡ ngàng đấy. Vì bản thân tôi cũng phải ngạc nhiên nữa cơ mà!

Bởi vì bạn sẽ thấy một tấm áp phích khổng lồ, với ảnh của tôi và anh Thanh Hưng, kèm hàng chữ to tướng: "Lễ ra mắt sách Làm Bạn Cảm Xúc, Làm Chủ Hạnh Phúc."

Thật vậy, sau hơn 9 tháng 10 ngày (chưa tính 3 tháng trì hoãn "khó đẻ"), cuốn sách mà hai chúng tôi đồng tác giả đã ra đời, bé nặng 325 trang. Buổi lễ ra mắt đã diễn ra thành công tốt đẹp, với hàng dài độc giả ở lại chờ được ký tặng và chụp ảnh lưu niệm với cả hai tác giả.

Tôi đã cảm thấy thật hạnh phúc, vì cuối cùng đã giúp được anh Hưng trở thành tác giả, sau 10 năm “mang nặng đẻ đau” ý tưởng này, mà trong đó có tới 9 năm kiên “trì” để “hoãn” lại mọi việc (cười).

Điều thú vị hơn cả là kể từ khi ra sách, tôi thấy sự thay đổi chóng mặt trong cuộc đời và sự nghiệp của anh Hưng. Lướt Facebook của anh, thi thoảng tôi lại thấy anh lên TV, và đã trở thành khách mời quen thuộc của VTV!

Cuốn sách cũng giúp anh kết nối với bao bạn bè, phụ huynh, thầy cô, đồng nghiệp xưa cũ, mở ra những cánh cửa cơ hội tuyệt vời. Trên Facebook tràn ngập ảnh họ cầm sách của anh trên tay với nụ cười đầy tự hào (chắc vì có người quen là tác giả).

Gần đây, anh Hưng đã nghỉ việc ở chỗ làm cũ, viết thêm một cuốn ebook mang tên 30 Ngày Làm Bạn Cảm Xúc cho các bạn nhỏ. Sau đó, anh tự mở khóa học, và trở thành một chuyên gia đào tạo tự do như mơ ước ngày nào.

“Tuyệt quá em ạ!” anh Hưng nói với tôi. “Sao mình không ra sách sớm hơn nhỉ?”

Tôi không biết nói sao, chỉ biết cười thôi. Vì đó là điều tôi đã luôn động viên anh ấy làm từ... 10 năm trước (cười).

Bạn thấy đấy, cái giá của trì hoãn rất lớn, không thể đo đếm bằng tiền, mà được đo đếm bằng một thứ quý giá nhất. Đó là thời gian, đặc biệt là những khoảng thời gian đau đớn kéo dài không đáng có!

Dù cuối cùng cũng thành công, nhưng anh Hưng đã không chỉ phải trả tới 10 năm chịu đựng những nỗi đau và sự vất vả không đáng có, mà còn phải trả bằng sự thành công mà anh ấy xứng đáng nhận được sớm hơn, giúp anh sống cuộc sống mơ ước sớm hơn.

Nếu hồi đó, anh viết sớm hơn, thì đã có thể dành tới 9 năm marketing cho sách, thảnh thơi thong dong viết tập 2, tập 3,... tập n, rồi làm nhiều chuyện khác tuyệt vời hơn nữa!

Câu chuyện của anh Hưng giúp tôi nhận ra: Ở trong bất cứ lĩnh vực, bất cứ giai đoạn nào, khi bạn đưa ra bất cứ lựa chọn nào, thì...

Quyết định càng muộn,
cái giá phải trả càng cao.

Hành động càng sớm,
cơ hội thành công càng lớn!

Mà bạn có thắc mắc chuyện gì đã xảy ra, khiến anh Hưng quay trở lại với sách, và đạt những kết quả tuyệt vời? Hay điều gì đã giúp chúng tôi trở thành những tay "lướt sóng trì hoãn" thành thạo, và cứ thế liên tiếp đạt được các thành tựu thú vị, và sống cuộc đời mình mơ ước?

Câu trả lời sẽ tới ở những phần sau của cuốn sách, nhưng trước đó, bạn cần biết có một điều đã làm nền tảng cho những kết quả của chúng tôi....

Lựa chọn thế nào, hệ quả thế đó!

Đầu 2015, lúc đó cả tôi và anh Hưng vẫn là Trainer khóa học Tôi Tài Giỏi (chuẩn mực tập đoàn Adam Khoo, Singapore).

Qua rèn luyện, chúng tôi có khả năng thực hiện những bài thuyết trình tạo động lực mạnh mẽ cho hàng ngàn học viên thay đổi, và đặt ra những mục tiêu to lớn. Sau khóa học, đúng là có những bạn đạt thành tích vượt trội.

Bên cạnh đó, cũng có phụ huynh phàn nàn, "Sao con tôi lúc mới đi học về thì hào hứng lắm, nhưng mấy hôm sau đâu lại vào đấy?"

Tất nhiên, có rất nhiều nguyên nhân được đưa ra. Song chủ yếu là các nguyên nhân khách quan như do bản thân học viên, do môi trường ở nhà không tiếp lửa được cho bạn ấy, v.v... Tuy nhiên, chúng tôi biết, và cũng hay chia sẻ với học viên: Mỗi lựa chọn đều có hệ quả của nó. Trong tình huống ấy, nếu lựa chọn đổ lỗi cho hoàn cảnh thì tình hình cũng không thể khá hơn.

Đó là lý do mà sau đó ít lâu, công ty đã cử tôi tham gia một khóa học của giáo sư Bj Fogg, ĐH Stanford, người đã có hơn 20 năm nghiên cứu về khoa học hành vi, để trả lời cho câu hỏi, "Tại sao người ta thay đổi chỉ được mấy hôm?"

Sau cả tháng trời học hỏi với vị giáo sư đáng kính ấy, tôi tin rằng mình đã tìm ra câu trả lời rốt ráo. Sau này, tôi đúc rút các kiến thức học được, cùng kinh nghiệm của mình thành một niềm tin mạnh mẽ. Niềm tin này đã giúp tôi, anh Hưng, và nhiều học viên lần lượt chinh phục mọi mục tiêu đề ra. Tôi tin chắc chắn nó cũng sẽ giúp được bạn, nếu bạn luôn ghim trong tim:

"*Mọi thứ đều có thể, vấn đề là phương pháp. Trì hoãn giống như con sóng, bạn có thể cho phép mình bị dìm xuống đáy đại dương của lười biếng, hoặc cưỡi sóng để cập bến thành công nhanh chóng hơn.*" ~ FuSuSu

Thật vậy, niềm tin ấy đã giúp tôi "lướt sóng trì hoãn", và lần lượt vượt qua từng giới hạn của bản thân để cập bến hòn đảo mơ ước, với những thành tựu không tưởng:

★ Từng tốt nghiệp 4 điểm Văn, nhưng xuất bản tới hơn 10 cuốn sách giấy, và hàng chục ebook.

★ Từng học lại tiếng Anh vỡ lòng, nhưng sau đó tự dịch tới 6 cuốn sách của mình sang tiếng Anh (trong đó có cuốn tiểu thuyết hơn 550 trang!)
★ Hướng nội, ngại giao tiếp, nhưng lại trở thành Trainer, thậm chí đạt chức vô địch thuyết trình hài hước Toastmasters 5 nước Đông Nam Á.
★ Từng làm việc ngày hơn cả 8 tiếng, vất vả, đi sớm về đêm, phải làm cả thứ 7 chủ nhật, nhưng giờ đã tự do, làm việc mình muốn, sống nơi mình thích, với người mình yêu...

Và còn nhiều thành tựu khác nữa... mà tôi chia sẻ không phải để khoe (vì nếu muốn khoe, tôi đã kể chúng ở chương đầu, thay vì câu chuyện của anh Hưng). Tôi chia sẻ để một phần bạn thấy rằng tôi làm được, thì bạn cũng làm được.

Song phần quan trọng hơn, là giúp bạn nhận ra:

Dù bản thân chúng ta có đạt thành tựu lớn lao thế nào, thì cũng không thể hạnh phúc bằng việc giúp đỡ một ai đó đạt được điều họ mong muốn.

Sự kiện ra mắt sách của anh Hưng làm tôi rất hạnh phúc, hạnh phúc hơn tất cả những thành tựu của tôi trước đây.

Thế nên, tôi lựa chọn tiếp tục đam mê của mình, bằng cách giúp đỡ nhiều người chinh phục một trong những mục tiêu truyền cảm hứng nhất, nhưng ít người làm được nhất, vì hòn đảo này thường xuyên bị bủa vây bởi những cơn sóng trì hoãn không phải loại bình thường, mà là... sóng thần.

Mục tiêu nào vậy?

Đó là tự viết và xuất bản sách.

Hiện chưa có con số thống kê chính xác lượng tác giả ở Việt Nam, cũng như trên thế giới. Song nếu bạn thử làm một phép toán giữa số lượng tác giả ở Mỹ và dân số, bạn sẽ có một con số tương đối.

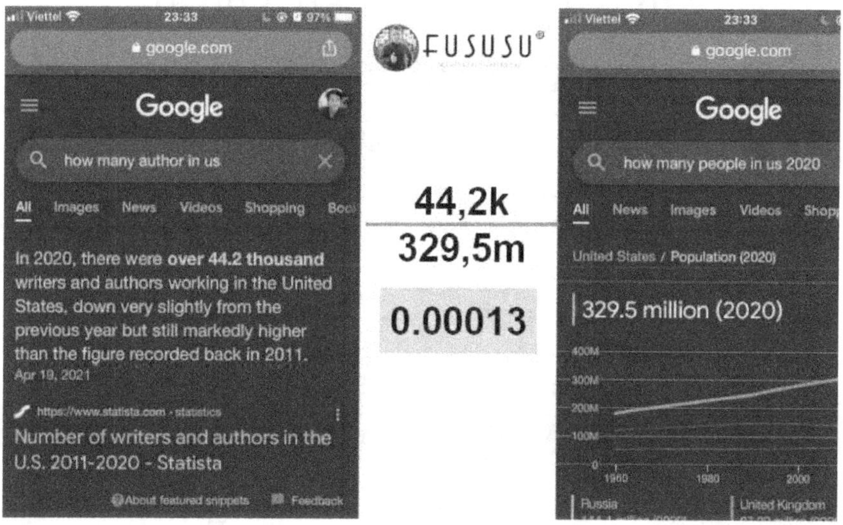

Bạn thấy đấy, tính ra thì 10.000 người bạn gặp, may ra mới có 1 người là tác giả. Thế nên, dù rất mong muốn, nhưng tôi không hy vọng ngay sau khi đọc xong cuốn sách này, bạn cũng có thể trở thành tác giả. Đó là một hành trình đòi hỏi không chỉ phương pháp đúng đắn, sự kiên trì bền bỉ, mà cũng cần có những người đồng đội tốt bụng.

Tôi chia sẻ câu chuyện ra sách để bạn thấy rằng một mục tiêu khó như vậy, chúng tôi còn "lướt sóng trì hoãn" để làm được, thì bạn cũng hoàn toàn có thể cập bến, với mọi mục tiêu khác bạn đề ra!

Nếu tôi làm được một lần, bạn có thể nghĩ tôi may mắn. Nhưng tôi đã làm được nhiều lần, thậm chí giúp nhiều người làm được, thì chỉ có thể là chúng tôi đã biết một điều gì đó, và làm một điều gì đó mà bạn chưa biết mà thôi.

Cuộc đời chẳng có gì là chắc chắn. Có thể tôi hiện tại đang rất hào hứng giúp đỡ mọi người với nguồn động lực vô biên, nhưng ai biết được một ngày nào đó, có cơn "sóng thần" trì hoãn, có sức mạnh cuốn phăng tôi đi thì sao?

Thế nên, tôi mới viết cuốn sách này để có thể trao cho bạn những bí quyết tuyệt vời ấy, để giúp bạn, và giúp được nhiều người hơn nữa (kể cả những lúc tôi đang trì hoãn).

Cuốn sách sẽ giúp bạn thế nào?

Ở phần 1, bạn sẽ được biết một sai lầm lớn khiến hầu hết mọi người ngày càng bị trì hoãn "quyến rũ". Khi tránh được nó, bạn sẽ có một bước tiến dài để lấy lại sức mạnh hành động.

Ở phần 2, bạn sẽ được khám phá hai tư duy đơn giản, nhưng lại tạo ra sự khác biệt giữa những người đang mắc kẹt tại chỗ, và top 10% những người thành công nhanh chóng.

Ở phần 3, bạn sẽ được tiết lộ tấm bản đồ 3 bước "lướt sóng trì hoãn", giúp bạn chinh phục mọi mục tiêu, cho dù nó có viển vông, cho dù bạn đã trì hoãn bao nhiêu lâu nay đi chăng nữa.

Lưu ý khi đọc sách

Hãy coi đây như là một cuộc trò chuyện giữa tôi và bạn bên cốc nước dừa mát lành ở một bãi biển xinh đẹp. Nên ở lần đọc đầu tiên, bạn hãy đọc từ đầu tới cuối để đạt hiệu quả cao nhất.

Bởi vì nếu chúng ta đang nói chủ đề này mà bạn lại lật sang trang khác, thì đâu khác gì bạn đã bị mất tập trung bởi một ai đó xinh đẹp đang đi dạo trên bãi cát, đúng không nào?

Và quan trọng hơn cả, chỉ có hành động mới tạo ra kết quả, nên ngay khi gặp một phần thực hành nào đó, hãy cố gắng làm ngay, trước khi đợt sóng tiếp theo của trì hoãn xuất hiện.

Ngoài ra, trong sách sẽ có đôi lúc tôi viết hoa Trì Hoãn. Lúc ấy hãy hiểu đó là danh từ, ý chỉ tên một đối tượng nào đó cần chú ý, còn lúc viết thường thì là động từ, như dưới đây là một ví dụ.

Bạn đã sẵn sàng chưa?

Hãy lật trang để khám phá lý do tại sao hầu hết mọi người lại để Trì Hoãn "quyến rũ", thậm chí "kết hôn" và chung sống với Trì Hoãn, và cho phép mình trì hoãn cả đời!

1 SAI LẦM:
Khiến Trì Hoãn Ngày Càng "Quyến Rũ"

Trì hoãn tạo ra siêu năng lực

"Ối! Deadline chỉ còn 4 tiếng ư?"

Đã bao giờ bạn thốt lên tương tự chưa?

Đây là kỷ niệm đáng nhớ của một anh bạn tôi, và cũng là một bài học giá trị cho tất cả chúng ta.

Anh ấy theo học ngành kỹ sư ở một ngôi trường danh tiếng, với lý do vì cuối khóa, có 2 suất du học Châu Âu. Song cơ hội chỉ dành cho những ai xuất sắc nhất, và tiêu chí lựa chọn là điểm tổng kết năm học, kèm điểm bài tiểu luận với đề tài được giao trước 4 tuần.

Nhìn đề tài tiểu luận, anh ấy rất tự tin vào khả năng của mình. "*Chuyện nhỏ, sẽ xong sớm thôi!*"

4 tuần sau...

"*Trời đất!*" anh bàng hoàng thốt lên, như mới tỉnh khỏi một giấc mộng đẹp. "*Mấy tuần rồi mình đã làm gì thế? Sao mới xong có phần mở đầu!?!*"

Bạn thấy đấy, siêu năng lực đầu tiên của trì hoãn là giúp bạn... du hành thời gian. Giống như khi bạn say đắm bên ai đó, thời gian trôi nhanh vù vù, và trì hoãn cũng vậy. Ngoài ra, nó còn mang lại cho bạn một siêu năng lực khác.

Như tỉnh khỏi giấc mộng, ngay lập tức, anh ấy đã nhảy vào bàn, mở laptop ra, nhanh chóng liệt kê ra tất cả việc cần làm. Và anh nhận ra, có nhiều thứ cần làm hơn mình nghĩ, nên không biết phải bắt đầu từ đâu.

Một giọng nói văng vẳng bên tai, "*Chết mất thôi, làm sao bây giờ???*"

Cứ thế...

1 tiếng trôi qua, anh vẫn chưa làm được gì. Giờ đây, anh chỉ còn 3 tiếng để hoàn tất bài tiểu luận, nếu không sẽ đánh mất điểm cộng, và phải chia tay ước mơ du học Châu Âu tuyệt vời.

Nghĩ tới đó, anh rùng cả mình.

Tự nhiên, anh cảm nhận được một luồng điện chạy dọc sống lưng, khiến mọi nơ ron thần kinh trong não như động cơ chạy hết công suất. Trong tâm trí anh chỉ có duy nhất một mục tiêu: Phải xong! Phải xong! Phải xong!

Đột nhiên, những ý tưởng không ngừng tuôn ra, tay anh không ngừng lạch cạch gõ phím.

Anh cảm giác mình như siêu nhân...

Deadline còn...

20 phút...

15 phút...

5 phút...

"Yeah! Xong rồi!" Anh reo lên, thở phào nhẹ nhõm.

Tuy thế, anh chưa kịp tận hưởng giây phút đó thì đã phải đối diện với sự thật: Cuộc đua với thần thời gian vẫn chưa kết thúc.

"*Chết! Còn phải nộp bài online nữa,* 5 *phút để gửi ư???*"

Tay anh run lên, mồ hôi hột toát ra, miệng lẩm bẩm cầu nguyện. "Làm ơn, wifi, làm ơn, đừng rớt mạng..."

HOÀN TẤT!

Nhìn thông báo nộp bài thành công trên màn hình mà anh mừng quýnh. Lau mồ hôi hột trên trán, anh vẫn không thể tin được “siêu năng lực” tập trung phi thường của mình.

Đó là câu chuyện của anh bạn tôi, bạn có thấy mình trong đó không?

Tôi thì thấy rõ lắm. Trong quá khứ, tôi cũng đã nhiều lần sử dụng siêu năng lực đó, để hoàn thành công việc với thời hạn vài tuần (hoặc nhiều hơn) chỉ trong vài tiếng (hoặc ít hơn). Nhưng đó chỉ là một nửa câu chuyện...

Cái giá tiếp theo của trì hoãn

Sau khi bạn hoàn thành công việc một cách chóng vánh, bạn sẽ cảm thấy thế nào?

Có thể là tự hào, nhưng cảm giác đó thường kéo dài trong một khoảnh khắc, và sau đó, nếu giống anh bạn kỹ sư của tôi, thứ mà bạn cảm nhận được là...

Đầu nặng như búa bổ, lưng thì tê liệt, đôi mắt lờ đờ không nhấc nổi...

Anh kiệt sức và thiếp đi...

Ngày nhận kết quả...

"Siêu năng lực" của trì hoãn tạo ra lần ấy đã mang lại cho anh điểm 8 tiểu luận, cộng với điểm tích lũy ngành vốn có, giúp anh lọt vào top 5 xuất sắc nhất!

Thật là tuyệt vời, đó là một kết quả mà biết bao người ước ao!

Chỉ có điều, người ta chỉ có 2 suất du học. Nên dù ở top 5, nhưng anh đã không lọt top 2, nên buộc lòng phải chia tay cơ hội du học châu Âu cả đời mới có một lần.

Một kết cục thật đáng buồn, phải không?

Đó cũng chính là cái giá tiếp theo phải trả cho Trì Hoãn, khi bạn ép buộc não bộ mình phải làm việc dưới áp lực khủng khiếp của thời gian. Ngoài sức khỏe suy kiệt, thì cái giá phải trả lớn hơn, chính là kết quả không mong muốn, cũng như cơ hội để có thể làm mọi thứ tốt hơn.

Vậy sai lầm lớn mà mọi người hay mắc, khiến cho Trì Hoãn ngày càng “hấp dẫn” và dễ dàng "quyến rũ" họ là gì?

Một sai lầm lớn ít biết

Đã bao giờ bạn rất quyết tâm thực hiện một điều gì đó và đạt được kết quả mỹ mãn chưa?

Nếu có thì rất tuyệt!

Tuy nhiên, bao nhiêu lần bạn được như vậy? Hay là trong hầu hết các trường hợp, chúng ta quyết tâm được một thời gian đầu rồi dự án bỏ xó, hoặc là kết quả tạo ra trong giờ chót chỉ ở mức "chấp nhận được"?

Ernest Hemingway, nhà văn nổi tiếng của Mỹ, đã từng nói, "Bản thảo đầu tiên của bất cứ thứ gì đều... như cờ."

Thật vậy, rất khó để làm tốt ngay lần đầu tiên. Dù là tiểu luận, bài báo, cuốn sách hay bất kỳ dự án nào, đều cần nhiều thời gian để xem xét, nhận phản hồi từ mọi người, rồi tiếp tục điều chỉnh thì mới có được phiên bản tốt nhất.

Bản thân mỗi cuốn sách tôi viết, đặc biệt trước khi xuất bản sách giấy, đều được sửa đi sửa lại không dưới 7 lần, có cuốn còn tới cả 11 lần. Tôi cũng có một thư mục có lưu các phiên bản sách của học viên khóa viết sách kèm với các bình luận chi tiết để họ cải thiện.

Vì lý do bản quyền mà tôi không tiện chụp ở đây, song nếu được xem từng phiên bản, bạn sẽ thấy từ phiên bản đầu tiên, cho tới phiên bản số 3 thôi, đã khác biệt hẳn!

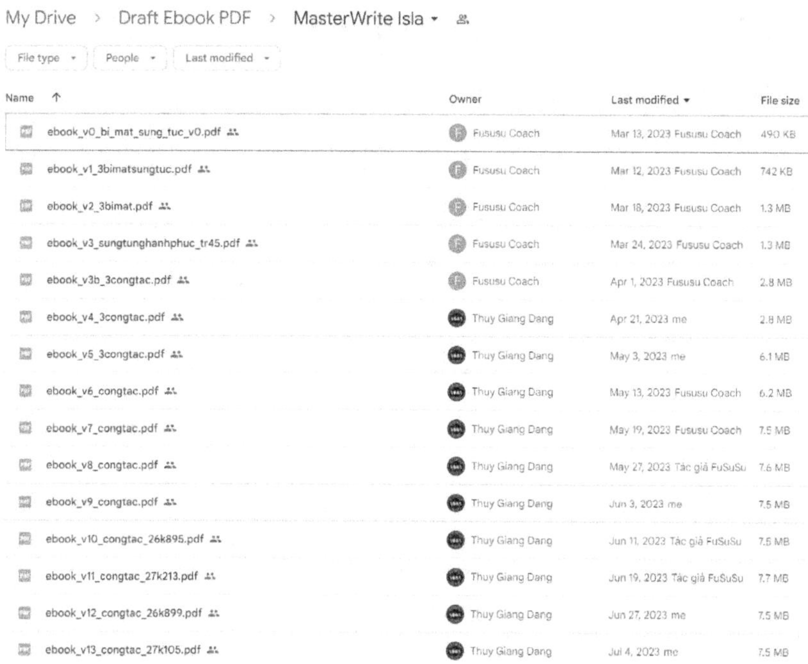
My Drive > Draft Ebook PDF > MasterWrite Isla

File type · People · Last modified

Name	Owner	Last modified	File size
ebook_v0_bi_mat_sung_tuc_v0.pdf	Fususu Coach	Mar 13, 2023 Fususu Coach	490 KB
ebook_v1_3bimatsungtuc.pdf	Fususu Coach	Mar 12, 2023 Fususu Coach	742 KB
ebook_v2_3bimat.pdf	Fususu Coach	Mar 18, 2023 Fususu Coach	1.3 MB
ebook_v3_sungtunghanhphuc_tr45.pdf	Fususu Coach	Mar 24, 2023 Fususu Coach	1.3 MB
ebook_v3b_3congtac.pdf	Fususu Coach	Apr 1, 2023 Fususu Coach	2.8 MB
ebook_v4_3congtac.pdf	Thuy Giang Dang	Apr 21, 2023 me	2.8 MB
ebook_v5_3congtac.pdf	Thuy Giang Dang	May 3, 2023 me	6.1 MB
ebook_v6_congtac.pdf	Thuy Giang Dang	May 13, 2023 Fususu Coach	6.2 MB
ebook_v7_congtac.pdf	Thuy Giang Dang	May 19, 2023 Fususu Coach	7.5 MB
ebook_v8_congtac.pdf	Thuy Giang Dang	May 27, 2023 Tác giả FuSuSu	7.6 MB
ebook_v9_congtac.pdf	Thuy Giang Dang	Jun 3, 2023 me	7.5 MB
ebook_v10_congtac_26k895.pdf	Thuy Giang Dang	Jun 11, 2023 Tác giả FuSuSu	7.5 MB
ebook_v11_congtac_27k213.pdf	Thuy Giang Dang	Jun 19, 2023 Tác giả FuSuSu	7.7 MB
ebook_v12_congtac_26k899.pdf	Thuy Giang Dang	Jun 27, 2023 me	7.5 MB
ebook_v13_congtac_27k105.pdf	Thuy Giang Dang	Jul 4, 2023 me	7.5 MB

Một tác giả khóa cầm tay chỉ viết của tôi cũng chia sẻ rằng khi chị ấy gửi bản thảo đầu tiên cho vài người bạn, đợi mãi không thấy ai phản hồi. Còn từ bản thảo thứ 7 trở đi, thì hầu hết độc giả đã đọc một mạch từ đầu tới cuối và để lại đánh giá 5 sao (thậm chí trong đó có cả những người cả đời chưa từng đọc hết một cuốn sách!)

Bạn thấy đấy, khó mà có thứ gì hoàn hảo ngay từ đầu. Nên việc lạm dụng "siêu năng lực" tập trung do Trì Hoãn tạo ra, để cố gắng hoàn thành một việc nào đó vào giờ chót, thì trừ khi bạn là siêu nhân, hoặc đó là một dự án quy mô nhỏ (như một bài viết ngắn), thì mới đạt kết quả mỹ mãn (và tôi cá là sau đó, bạn vẫn ước mình đã dành nhiều thời gian hơn để hoàn thiện).

Đây cũng chính là bài học xương máu mà anh bạn kỹ sư của tôi đã phải trả. Sự trì hoãn đã khiến anh ấy tới những giờ phút cuối mới bắt tay vào làm, và vì thế không thể nào có được sản phẩm chất lượng nhất.

Và đây cũng là sai lầm của nhiều người khi thực hiện một mục tiêu nào đó:

Họ đã hiểu sai vai trò của động lực.

Trong quá khứ, có thể họ đã rất quyết tâm làm một điều gì đó và đạt kết quả tốt đẹp. Từ đó, họ tin rằng để thực hiện tốt, họ cần phải có quyết tâm cao độ.

Điều đó đúng, khi bạn chủ động làm một việc gì đó với quyết tâm cao độ, với tinh thần nghiêm túc, kết quả sẽ khác. Nhưng thật sai lầm khi lựa chọn ở thế bị động, chờ đợi quyết tâm cao độ, rồi mới thực hiện.

Tôi gọi đó là...

Họ đã lạm dụng động lực.

Họ đã đợi động lực đến thì mới thực hiện một hành động nào đó.

Trong trường hợp của anh kỹ sư trên, thì khi deadline đến nơi, khi bị thần thời gian dí, anh ấy mới bắt đầu ngồi liệt kê những việc cần làm và nhận ra, "*Trời ơi, sao nhiều thứ phải làm, mà thời gian thì ít thế?*"

Thật may mắn, anh ấy vốn đã có năng lực rất tốt, nên chỉ cần siêu tập trung trong một khoảng thời gian ngắn, là đã hoàn tất. Tuy nhiên, kết quả thế nào thì bạn đã biết rồi.

Một người xuất sắc, khi tập trung hết công suất trong thời gian ngắn, mà còn khó có thể tạo ra sản phẩm tốt nhất, thì những người bình thường như chúng ta sẽ thế nào đây?

Đúng là Trì Hoãn có thể tạo động lực vào phút chót để bạn hoàn thành mục tiêu, và mang lại cho bạn cảm giác tự hào sung sướng nhất thời, nhưng nó cũng có cái giá, và rõ ràng là bạn không nên lạm dụng “siêu năng lực” này.

Vậy cách sử dụng động lực đúng đắn là gì? Hãy cùng đến với một câu chuyện.

Khi động lực có thể đo đếm

Hãy hình dung, động lực của bạn có thể tích lũy, và đo lường được bằng con số (với đơn vị là Susu).

Mỗi ngày thức dậy, bạn được ông trời cung cấp khoảng 100 Susu vào kho động lực. Nhưng do đã “tiêu xài” vào nhiều việc không tên, nên kho động lực của bạn đã cạn kiệt. Bạn quyết định tham gia một khóa học “truyền lửa” nào đó, với hứa hẹn tạo động lực tràn trề.

Đúng thật, ngày cuối khóa, bạn bước ra khỏi đó với 30.000 Susu!

Chưa bao giờ, bạn có nhiều Susu đến thế, bạn cảm giác mình như siêu nhân, mình có thể làm mọi thứ. Nên bạn quyết tâm chinh phục một mục tiêu khó nhằn: Viết một cuốn sách.

Bạn tìm hiểu và thấy một cuốn sách nhỏ trung bình 30.000 chữ, vậy thì ngày viết 1000 chữ, thì chỉ 30 ngày là xong ấy mà. Do động lực đang lớn, nên bạn đặt mục tiêu cao hơn gấp rưỡi!

Mục tiêu ngày 1: Viết 1.500 chữ luôn!

Thực tế, do bạn chưa viết bao giờ, nên khi thực hiện sẽ có khó khăn đôi chút.

"Đừng lo," Trì Hoãn lên tiếng, "Với mỗi 1 Susu của bạn, tôi sẽ giúp bạn ra ý tưởng cho 1 chữ!"

"1 Susu cho 1 chữ à?" bạn nghĩ mình giàu mà, với cái giá đó, thì bạn vẫn có thể có 30.000 chữ, đủ một cuốn sách. Không thành vấn đề!

Thế là, bạn đã nỗ lực hết sức để viết được 1.500 chữ đầu tiên, và đã mất 1.500 susu, bạn còn lại 28.500 susu.

Mục tiêu ngày 2: Viết tiếp 1.500 chữ.

Khi mở bản thảo ra định viết, đầu bạn trống rỗng. Bạn tự hỏi, "Ủa, các con chữ bay đâu hết rồi?"

Trì Hoãn xuất hiện ngay. "Hôm qua do bạn làm việc quá sức, bộ não đang rên rỉ kiện tụng tôi đây này."

"Trì Hoãn giúp tôi được không?"

"Được, tôi sẽ giúp. Nhưng giá hôm nay là 3 Susu."

"Hả, gấp 3 cơ á?"

Sau một hồi kì kèo, không còn cách nào khác, bạn đành phải "trả giá quyết tâm" cao hơn. Vậy là để có thêm 1500 chữ nữa, bạn đã phải trả tới tận 4500 Susu!

Mục tiêu ngày 3: Viết 1500 chữ.

Hôm nay, bạn gặp khó khăn hơn bao giờ hết. Các con chữ cứ trốn đâu mất tiêu, chưa kể đọc lại bản lần trước, thấy văn mình cứ sao sao ấy, bạn không thể nào viết tiếp được.

"Ê, Trì Hoãn, chuyện gì xảy ra vậy?"

Trì Hoãn ôn tồn nói, "À, do xưa giờ bạn có viết gì đâu, cũng chẳng chịu ghi lại trải nghiệm, nên bộ não quên hết rồi. Giờ phải vắt kiệt sức, may ra mới thêm được chữ. Nhưng giá cao lắm."

"Bao nhiêu?"

"10 Susu cho 1 chữ."

Bạn há hốc mồm, nhưng rồi cũng chấp nhận cái giá đó. Và để có thêm 1.500 chữ nữa, bạn đã mất tới 15.000 Susu!

Cộng thêm 100 Susu ông trời trả lương mỗi ngày, tính ra hiện tại bạn chỉ còn (30.000 + 300) - (1500 + 4500 + 15000) = 9.300 Susu.

Ngày 4...

Lúc này, bạn nhận ra, mình chỉ còn 9.300 Susu. Hôm qua đã trả 15.000 Susu rồi, hôm nay mà trả ít hơn, còn lâu bộ não mới muốn làm, dù chỉ là 500 chữ.

Quả thật, kì kèo mãi với Trì Hoãn, cuối cùng hành vi đã không thể thực hiện.

Bạn nghĩ chắc phải đợi hôm nào đó cho động lực tăng lên, quyết tâm tăng mạnh, mình sẽ tiếp tục dự án...

***Ngày* 365...**

Bạn đã được trải nghiệm siêu năng lực du hành thời gian của Trì Hoãn.

"Trời, mình đã bỏ xó mục tiêu đó cả năm rồi ư? Cả năm mới chỉ viết được 4500 chữ, chưa xong phần mở đầu!"

Đối với bạn, vừa rồi có thể chỉ là một câu chuyện tưởng tượng. Nhưng đối với tôi, thì nó là thực tế. Đó là cách mà tôi đã trì hoãn 5 năm viết mãi chưa xong phần mở đầu của cuốn sách đầu tay.

Giống như hầu hết mọi người thực hiện chỉ được vài hôm một kế hoạch nào đó, tôi đã quá chú trọng tới động lực, mà không tính tới yếu tố thực lực.

Giống như ai đó có chiều cao tốt, thì việc nhảy qua một bức tường sẽ ít tốn sức hơn là ai đó có chiều cao khiêm tốn. Thực lực càng thấp thì càng đòi hỏi động lực lớn để thực hiện hành vi. Thực lực càng cao, càng dễ bứt phá.

Trong trường hợp của tôi, do chẳng chịu học hỏi cách viết sách hiệu quả, mà tôi lại cắm đầu vào viết một lượng chữ rất lớn (và nghĩ viết sách cũng giống viết blog và các bài báo nhỏ). Thực tế, nó phức tạp hơn nhiều, nên tôi đã phải rất nỗ lực để “nặn” ra chữ, khiến cho bộ não bị vắt kiệt sức trong đau đớn (còn gọi là "đau não").

Giống như cho tay vào lửa một lần là nhớ đời, đặc tính của bộ não là "nếu đau, lần sau khỏi làm." Nếu bạn làm một lần mà đau đớn, thì lần sau bạn vẫn có thể làm được, nhưng sẽ cần "trả giá quyết tâm" cao hơn.

Đó là lý do khi dùng động lực cao, thường bạn sẽ chỉ làm được tốt các việc nằm trong tầm tay, với thời gian ngắn. Còn với các dự án dài hơi, với độ phức tạp cao, bạn cần có kế hoạch nâng cao thực lực và hoàn thiện dần dần.

Nhưng ít ai để ý điều này, nên ngay khi có cảm hứng to lớn, người ta hay có cảm giác mọi thứ đều dễ dàng, nên họ đặt ra các mục tiêu to lớn, kèm theo các bước thực hiện cũng to lớn không kém. Và sau khi thực hiện được vài bước, động lực hết sạch!

Vai trò đúng đắn của động lực

Thông thường động lực sinh ra để giúp bạn thực hiện hai việc:

1) Động lực giúp bạn nhảy ra khỏi vùng an toàn, để ra quyết định lớn.

Có những quyết định có thể bị trì hoãn vài năm, thậm chí cả vài chục năm, cho tới khi có động lực mạnh, người ta ra quyết định trong tích tắc.

Rồi anh bạn kỹ sư của tôi nữa. Thật ra, khi vào học năm nhất, anh ấy đã phát hiện ra ngành đó không hợp với mình. Anh muốn bỏ học để đi theo đam mê, nhưng sợ sau này ra trường sẽ không có công việc tốt, rồi cũng chưa rõ ràng đam mê, nên tiếp tục trì hoãn.

Tới năm 2, năm 3, kiến thức chuyên ngành ngày càng nặng, nhưng anh vẫn trì hoãn quyết định khi xưa. Và tới khi ra trường, sau 5 năm học, anh đã có một tấm bằng xịn, có thể xin việc bên Châu Âu!

Tuy thế, sau 1 năm đi làm và cảm thấy không thể chịu nổi. Chỉ sau một tích tắc, anh ấy đã quyết định bỏ công việc lương cao ấy, để đi tìm đam mê.

Bản thân tôi, trước khi quyết định trở thành tác giả tự do, cũng có hơn 5 năm làm việc tại công ty cũ. Trong khi đi làm, tôi đã nhen nhóm mở Blog Fususu.com và tập tành viết lách linh tinh từ 2012, với hi vọng sau này sẽ trở thành một tác giả tự do.

Nhưng phải tới cuối 2015, khi công ty cũ giải thể, tôi mới có thêm chút "động lực", song vẫn chưa đủ để tự khởi nghiệp. Đầu 2016, một công ty khác do chị đồng nghiệp cũ rủ tôi làm cùng cũng giải thể nốt, lúc đó tôi mới quyết định tự khởi nghiệp, trở thành một tác giả tự do, du lịch, viết sách.

Thế đấy, đôi khi thời điểm khởi nghiệp tốt nhất là lúc... bạn thất nghiệp.

Nhưng bạn cũng không nên trì hoãn tới mức thất nghiệp mới lo khởi nghiệp. Mọi thứ mà có sự chuẩn bị từ trước thì sẽ thuận lợi hơn.

Sở dĩ tôi khởi nghiệp với sách lần đầu mà thành công lớn, là vì tôi đã đưa 5 năm kinh nghiệm trước đây vào sách, tạo cho cuốn sách đầu tay một giá trị độc đáo. Chứ nếu tôi khởi nghiệp bằng một cuốn sách không phải thế mạnh của mình, thì sẽ vừa tốn thời gian, mà sau đó thay vì sách bán chạy, tôi sẽ phải "chạy bán sách" mất!

2) Động lực giúp bạn thực hiện các việc có độ khó cao trong thời gian ngắn.

Ngoài ví dụ về anh chàng kỹ sư chất lượng cao, đã dùng động lực để giải quyết đề tài 4 tuần trong có vài giờ, thì bạn cũng có thể thấy vai trò của động lực trong những tình huống khó khăn khác của cuộc sống.

Chẳng hạn, bình thường ai thấy lửa cũng sẽ tránh, khi có cháy nhà, mọi người sẽ chạy tán loạn. Song điều gì xảy ra nếu bạn chạy ngang qua một đống lửa, mà nghe tiếng em bé kêu oe oe?

Lúc đó, động lực để cứu đứa bé có thể sẽ giúp bạn chiến thắng nỗi sợ, và trở thành một anh hùng sau sự kiện đó.

Không khó để tìm thấy nhiều trường hợp tương tự. Tôi nhớ khoảng tháng 3 năm 2021, cư dân mạng xôn xao vì sự kiện một nam thanh niên dũng cảm, cứu được một cháu bé rơi từ tầng 12 chung cư.

Khi thấy tiếng la hét và phát hiện ra đứa bé đang cheo leo ở tầng cao, bằng một cách thần kỳ nào đó, anh đã trèo lên mái tôn gần đấy, và cứu sống đứa bé chỉ bằng tay không. Sự kiện đã được đưa lên báo, với ảnh chụp mái tôn bị móp, nơi anh đã dùng hết sức để đỡ cháu bé[1].

[1]https://laodong.vn/nguoi-viet-tu-te/chang-trai-cuu-chau-be-roi-tu-tang-12-viec-lam-cua-toi-that-su-rat-nho-884556.ldo

Bản thân thanh niên kia cũng chia sẻ rằng anh không biết tại sao mình có thể làm được điều đó, và tất cả đều nghĩ phải may mắn lắm thì điều kỳ diệu đó mới xảy ra được.

Bạn thấy đấy, động lực sẽ có tác dụng rất tốt khi bạn phải ra những quyết định khó khăn, hoặc thực hiện những công việc có thể hoàn tất trong thời gian ngắn. Cho nên, sẽ là thảm họa nếu bạn lựa chọn phụ thuộc vào động lực cho các dự án lớn, trong thời gian dài, đòi hỏi có tính kế hoạch cao...

Và còn tai hại hơn nữa khi...

Thói quen thành "thói quên"!

Bạn có biết một thói quen nào đó rất tốt, nhưng vẫn không duy trì được?

Có thể là đọc sách, tập thể dục, học ngoại ngữ nào đó, hoặc có thể là một việc mà bạn đã tự hứa với bản thân mình phải làm, nhưng rồi... (thở dài)

Đã có những lần bạn quyết tâm bắt đầu lại, và mấy hôm sau... (thở dài tiếp)

Tại sao lại như vậy?

Theo khoa học hành vi, thói quen là một việc mà bạn có thể dễ dàng thực hiện mỗi ngày, không cần suy nghĩ. Nó có tính chất đều đặn ổn định.

Còn động lực ư?

Hãy thử xem một tháng có 30 ngày thì bao nhiêu ngày bạn thức dậy trong trạng thái tràn trề năng lượng?

Nếu có, thì bạn cũng khó có thể duy trì liên tục trong một tuần, huống chi là cả tháng để hình thành thói quen.

Ở các chương sau, bạn sẽ được phân tích bí mật tạo thói quen, và bạn cũng sẽ giải thích được tại sao có những thói quen tạo mãi không thành, và ngược lại, có những thói quen có thể hình thành ngay lập tức sau lần đầu thực hiện (chơi game, lướt Facebook...)

Còn bây giờ bạn chỉ cần hiểu một điều đơn giản rằng:

Động lực thất thường,
kết quả bất thường.

Động lực có tính chất thất thường, còn thói quen thì đòi hỏi sự đều đặn. Có logic không khi sử dụng động lực thất thường để cố gắng tạo ra thói quen, một thứ ổn định?

Chắc chắn là không.

Làm như vậy, có nghĩa là lúc nào có động lực thì bạn mới thực hiện hành vi. Còn không có, thì bạn sẽ không thực hiện. Một hành vi thực hiện không đều đặn như thế, thì con đường tạo ra thói quen vẫn còn xa lắm.

Đừng lạm dụng động lực!

Tóm lại, nếu bạn lựa chọn phụ thuộc hoặc lạm dụng động lực để thực hiện mọi việc, từ các dự án cho tới việc xây dựng thói quen, thì kết quả rất hên xui, dù động lực có cao tới mấy.

Điều quan trọng hơn cả là khi mắc sai lầm lạm dụng động lực, bạn sẽ tập cho mình một thói quen không tốt, khiến cho Trì Hoãn ngày càng quyến rũ. Đó là thói quen sát deadline mới thực hiện, hay thói quen bị động, chờ đợi động lực tới rồi mới làm.

Cảm hứng, động lực, lên xuống thất thường, và chắc chắn bạn sẽ không muốn cuộc đời mình có những kết quả bất thường đâu nhỉ?

Một lần nữa, đừng phụ thuộc vào động lực để thực hiện hành vi.

Có thể bạn đang tự hỏi, "Nếu không có cảm hứng, không có động lực, thì làm sao tôi thực hiện?"

Hãy lật trang để khám phá 2 tư duy đã và đang giúp rất nhiều người dù không cần hô hào quyết tâm, nhưng vẫn liên tục đạt những thành tựu xuất sắc.

2 TƯ DUY:
Phát "Trì" Và Phát Triển

Bạn có sợ thành công không?

Có thể bạn nghĩ, "Hả? Ai mà lại sợ thành công? Sao có thể có nỗi sợ vô lý như vậy?"

Vậy mà tôi có đấy bạn ạ.

Như bạn biết, tháng 3/2016, tôi đã lựa chọn một thời điểm "tốt nhất" để khởi nghiệp: Lúc mình thất nghiệp.

Xách ba lô lên và bay tới hòn đảo xinh đẹp Phú Quốc, tôi khát khao trở thành một blogger, một tác giả tự do.

Sau đó, tôi đã làm được...

Nếu theo dõi tôi từ lâu, bạn sẽ thấy tôi rất thích cho đi. Hơn 300+ blog chất lượng trên Fususu.com, với những kiến thức rất giá trị về xây dựng thói quen, phát triển bản thân ở nhiều lĩnh vực, từ cách ngủ ngon, học tiếng Anh, rèn trí nhớ, cho tới cả thuyết trình, viết lách... mọi kỹ năng mà tôi nghĩ là sẽ hữu ích cho việc thực hiện mục tiêu của bạn.

Tôi cho đi tất cả kiến thức quý báu mình tích lũy sau nhiều năm, hoàn toàn miễn phí, mà không đòi hỏi bất cứ điều gì. Nhiều lần, cũng có nơi liên hệ để gắn quảng cáo, làm tiếp thị liên kết, nhưng tôi đều từ chối vì sợ làm vậy, sẽ làm phiền những độc giả mà tôi yêu quý.

Quá trình viết lách, cho đi kiến thức đã giúp kỹ năng viết của tôi tăng lên đáng kể. Cuối 2021, tôi đã tự xuất bản tới 7 cuốn sách cho mình, 3 trong số đó từng lọt top bán chạy Tiki, và tới nay vẫn được tái bản đều đặn. Thậm chí cuốn 21 Cách Học Tiếng Anh Du Kích tôi viết từ

2018, vẫn có các trang review sách tiếng Anh đưa lên top đầu.

Lúc đó, tôi thấy có một số nơi dạy về viết sách, thu học phí hàng chục triệu, nhưng bản thân người dạy cũng chỉ viết và xuất bản sách ở mức độ bình thường.

Tôi không có ý so sánh, nhưng tôi tự tin là với những kinh nghiệm thực chiến mình từng trải qua, tôi thừa sức... mở khóa học giúp mọi người tạo ra những cuốn sách chất lượng (hơn cả tôi). Tôi cũng từng viết Blog chia sẻ vài mẹo viết sách, có những người đã quan tâm, và hỏi tôi có mở lớp không.

Thế nên, trong tôi có một niềm tin mạnh mẽ, "Mình mà mở lớp viết sách thì chắc thắng!"

Nhưng tôi đã không làm, vì tôi sợ:

Tôi sợ khi giúp mọi người viết sách, tôi sẽ không còn thời gian để viết sách của mình.

Tôi sợ giá trị của mình sẽ không được đón nhận, nếu người ta phải trả tiền để có chúng.

Tôi sợ mình sẽ phụ lòng những người đã theo dõi và nhận giá trị miễn phí từ tôi suốt bao nhiêu năm qua.

Tôi đã sợ rất nhiều thứ, nên dù muốn, nhưng tôi đã trì hoãn khóa học dạy viết sách đó.

Tháng 5/2022, sau khi xem một clip của tôi, một người bạn đã nói, "Này, ngoài kia có nhiều chuyên gia chém gió, thu của người ta cả chục triệu, mà chia sẻ kiến thức nói thật là thua xa những gì Fususu đang cho đi miễn phí."

Nghe tới đó, tôi nhói đau.

Không phải đau vì tôi đã không thu được tiền từ kiến thức của mình, mà đau vì tôi cảm thấy tiếc cho nhiều người, đã lãng phí tiền vào các kiến thức không chất lượng, mà đa phần chỉ là tổng hợp trên mạng, và thêm chút gia vị là những lời có cánh để "dụ dỗ" những người cả tin.

Thế nên, tôi đã lấy hết dũng khí, để mở lớp viết Viết Sách Thực Chiến đầu tiên vào đầu tháng 6/2022 (trong khi vẫn chưa có slide giảng dạy).

Kết quả sau đó thế nào?

Hiện tại, tôi đã truyền cảm hứng, giúp hàng chục tác giả ra bản thảo sau nhiều năm trì hoãn, trong đó có nhiều cuốn sách giá trị đã được xuất bản như...

★Đến Sahara Mở Quán Trà Đá (tác giả Phan Minh)

★Tuổi Trẻ Sống Đừng Quên Cảm Nhận (tác giả Đạt Đinh).

★ Làm Bạn Cảm Xúc, Làm Chủ Hạnh Phúc (đồng tác giả Hưng Tươi)
★ Cuộc Cách Mạng Một Quả Chuối (đồng tác giả Giang Rita)
★ Kim Cương Hạnh Phúc (tác giả Việt Thùy Giang)
★ Sắc Màu Phiêu Lưu Ký (tác giả Bằng Lăng Trúc)
★ Công Tắc Vàng (tác giả Bùi Châu Đảo)
★ Phương Trình Hôn Nhân (tác giả Trần Nho Chung)
★ Học Ở Tây Với Phí Rất Ta (tác giả Huyền LD)
★ Sức Mạnh Momentum (tác giả Dư Anh Khoa)

Và nhiều tác giả khác nữa, cũng như hàng chục bản thảo tuyệt vời khác, đang chờ ra mắt trong thời gian tới.

Khi đã vượt qua nỗi sợ và đạt những kết quả ấy, tôi mới dám khẳng định với bạn một điều: Tất cả nỗi sợ trong tôi hồi xưa đều không có thật, mà do "cây bút" trong tâm trí tôi tự vẽ ra!

Tôi sợ không có thời gian viết sách của mình?

Thực tế, quá trình giảng dạy và giải quyết khó khăn cho học viên giúp tôi ngày càng có thêm nhiều kinh nghiệm thú vị, và viết sách nhanh hơn. Chỉ tính riêng nửa đầu năm 2023, lúc ngồi đếm lại các đầu sách mình viết, tôi đã rất ngạc nhiên...

1) Cách Mạng Viết Sách AI
2) Lướt Sóng Trì Hoãn
3) Hài Hước Rước Thành Công

4) Vitasusu
5) Cuộc Cách Mạng Một Quả Chuối

Chưa kể là tôi đã viết lại hoàn toàn và tái bản cuốn 21 cách học Tiếng Anh Du Kích. Bạn phải hiểu bình thường mỗi tác giả ra 1-2 cuốn là căng, thế mà tới giữa năm, tôi đã cán mốc 6 cuốn, kỷ lục với một người từng dốt Văn như tôi!

Tôi sợ nếu không cho đi miễn phí, giá trị của mình sẽ không được đón nhận?

Điều mà đáng ra tôi phải quan tâm hơn, là khi đón nhận, họ áp dụng thế nào. Thực tế cho thấy, ai đã đầu tư tiền để tham gia, họ coi trọng giá trị của tôi gấp nhiều lần. Bằng chứng là họ áp dụng triệt để, tạo ra kết quả nhanh hơn, chất lượng hơn gấp nhiều lần những người nhận các giá trị miễn phí tôi đã từng cho đi.

Thậm chí, nhiều người còn sẵn sàng đầu tư cả trăm triệu để được tôi "cầm tay chỉ viết", phản hồi bản thảo siêu chi tiết, giúp họ tạo ra cuốn sách ưng ý nhất, thời gian ngắn nhất. Thực tế từ tháng 3/2023, tôi đã có những chương trình cầm tay chỉ việc như vậy. Tôi thấy thái độ tham gia của các tác giả đó rất nghiêm túc hơn hẳn, và chỉ sau 2-3 tháng, bản thảo đầu tiên đã hoàn tất, vượt mong đợi của chúng tôi.

Tôi sợ khi lấy phí, tôi sẽ phụ lòng những người trước giờ luôn đón chờ những giá trị miễn phí từ tôi, và có thể họ sẽ thấy tôi trở nên ích kỷ, nên sẽ ra đi?

Tôi đã quên mất rằng:

Ngay từ đầu, tôi đã rất hào phóng!

Tôi đã cho họ những tri thức nhiều năm đúc rút hoàn toàn miễn phí (mà nhiều nơi còn lấy phí). Ai mới ích kỷ?

Tôi, hay là những người cứ muốn liên tục nhận giá trị miễn phí, mà chẳng chịu bỏ ra đồng nào mới ích kỷ?

Dù thế nào, tôi cũng không có thời gian để phán xét họ, nên thay vì tập trung vào những người sẽ unsubscribe (ngừng nhận email), tôi tập trung tới những người ở lại, sẵn sàng đầu tư nguồn lực của họ cho tôi, để tôi giúp họ chinh phục ước mơ của họ nhanh hơn. Và nói thật, là mỗi lần gửi mail, và thấy một số lượng người nhất định unsubscribe, tôi lại càng mừng, vì càng ngày, danh sách những độc giả càng ở lại càng chất lượng hơn, và tôi lại càng cung cấp cho họ những giá trị tuyệt vời hơn.

Nói chung trước đây, nếu tôi sợ nhắc tới tiền bạc khi chia sẻ giá trị, thì giờ tôi nhận ra:

Tiền bạc là phương tiện, là nguồn lực giúp tôi sống thoải mái hơn, để có thể giúp đỡ mọi người hiệu quả hơn.

Ví dụ, một điều mà không nhiều tác giả có thể làm được là ứng dụng công nghệ để giúp sách của họ cất cánh.

Thế nên, khi có nguồn lực, tôi không ngại đầu tư cả chục triệu để xây dựng hệ thống web mà chỉ trong ba nốt nhạc, là tác giả có thể tạo ra các trang giới thiệu bản thân, giới thiệu sách chuyên nghiệp.

giangrita.com/?r=qrluotsong

Bạn có thể quét mã QR bên trên để xem thử công nghệ này. Thực tế, nếu tác giả có sẵn bản thảo và nội dung, thì chỉ cần dưới 30 phút với 3 thao tác đơn giản, không cần biết kỹ thuật, là có thể ra được trang web tương tự.

Thậm chí, tôi còn giúp các tác giả tạo ra các trang flipbook lật trang để đọc ebook mà cứ như đọc sách thật, bạn có thể quét mã QR bên dưới để trải nghiệm công nghệ này.

Hiện tại, hễ ai trong cộng đồng tác giả Fususu hỗ trợ mà ra sách, sẽ được tặng các trang Flipbook tương tự như vậy trọn đời (mà nếu mua các dịch vụ ngoài kia có thể sẽ phải trả cả triệu/tháng). Ai nghe vậy cũng sung sướng!

Thậm chí gần đây nhất, tôi còn tạo ra hẳn một App di động mang tên Sach.Vip, nơi các tác giả trong hội có thể tạo tài khoản cho độc giả, để họ có thể đọc, nghe sách nói, và thảo luận với nhau qua từng trang sách.

Bạn thấy đấy, nếu tôi không có nguồn lực, thì làm sao có thể giúp được các tác giả như vậy. Và lúc này, tôi vẫn hoàn toàn có thể cho đi, chỉ khác là, những kiến thức sẽ hiệu quả hơn (vì nó đã giúp nhiều người ra kết quả).

Nếu quét mã QR bên dưới, bạn sẽ thấy tôi cho đi 52 bí quyết viết sách vô cùng thực chiến. Và do có nguồn lực duy trì website, server, hệ thống gửi mail hàng tuần... nên tôi có thể cho đi hoàn toàn miễn phí, và cảm thấy sung sướng, thoải mái hơn cả xưa.

52bikip.fususu.com/?r=qrls

Và bạn biết gì không, gần đây khi đủ nguồn lực, tôi còn đầu tư 5200$ để học cách đưa sách lên top Amazon từ bậc thầy Marketing sách Rob Eagar, để sau này có thể hướng dẫn cộng đồng tác giả, giúp họ tránh các sai lầm không đáng có, và rút ngắn con đường tới thành công.

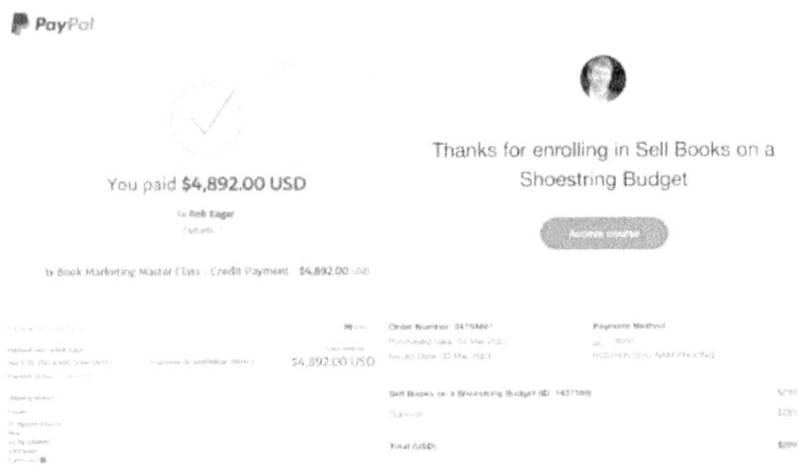

Quả thật, khi bạn đầu tư số tiền lớn tới như vậy để đi học, thì dù thầy có nói những thứ bạn đã từng biết (và trì hoãn không thực hiện), bạn sẽ có cảm hứng mạnh mẽ để thực hiện, và trở thành học trò xuất sắc của thầy!

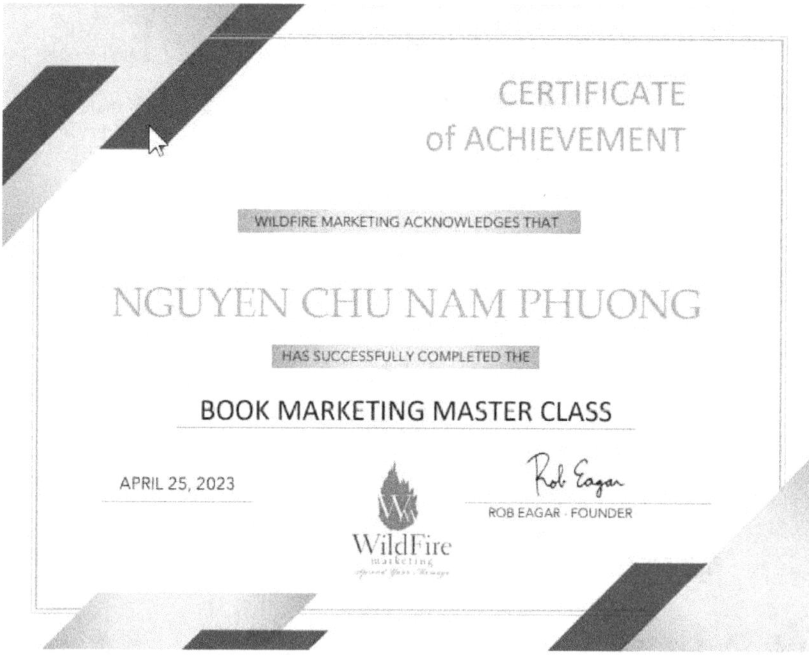

Ngay sau khi học, tôi đã áp dụng ngay những gì thầy Rob chia sẻ, để đưa cuốn Ebook đầu tay với bút danh mới Leo Rowan của tôi vào Top #1 Bestseller Amazon (hạng mục sách Free trong Business Writing Skills), và duy trì trong Top 10 này hơn 1 tuần liền!

Dù chỉ là một bước nhỏ, song tôi tin rằng, cứ hành động mạnh mẽ với phương pháp đúng đắn, tương lai không xa, tôi cũng sẽ chinh phục được những mục tiêu mình đề ra (mà trước đó vì ngại, vì sợ, mà tôi không dám đề ra, nói chi tới việc hành động).

Một lần nữa, tôi chia sẻ không phải để khoe, mà để bạn thấy rằng: Khi bạn sẵn sàng hành động vì một mục đích tốt đẹp và lớn lao, thì bằng cách này hay cách khác, mọi nguồn lực sẽ đến, giúp bạn thực hiện sứ mệnh đó.

Và quan trọng hơn là...

Sau khi đã "lướt sóng trì hoãn", vượt qua mọi nỗi sợ để hành động, và trở thành một trong những nhà đào tạo viết sách tâm huyết nhất ở Việt Nam, giúp đỡ ngày càng nhiều tác giả ra sách, tôi cảm thấy mình hạnh phúc thành công hơn bao giờ hết, bạn biết tôi ước gì không?

Tôi ước mình đã hành động sớm hơn.

Bạn thấy đấy, tôi đã chạy trốn thành công vì những nỗi sợ không có thật. Nếu tôi hành động sớm hơn, thì đã thành công lớn hơn, với nhiều nguồn lực hơn, giúp ích cho nhiều người hơn, giúp cho các tác giả Việt Nam ngày càng tự tin hơn để vươn ra tầm thế giới.

Sau này ngẫm lại, tôi phát hiện ra mình đã bị sập bẫy "Tư duy phát trì".

Tư duy phát "trì" là gì?

Tư duy phát trì được hiểu là thói quen trong suy nghĩ khiến Trì Hoãn ngày càng có sức mạnh. Đặc điểm dễ thấy nhất của những người có tư duy phát trì đó là họ đợi tới khi động lực đủ lớn thì mới bắt tay vào hành động.

Họ luôn luôn nghĩ rằng họ cần phải có một thứ gì đó thì mới bắt đầu làm được.

"Tôi phải có sự tự tin nhất định, thì tôi mới thuyết trình."

Họ không biết rằng, có những nhà vô địch thuyết trình thế giới như Craig Valentine, mà xuất phát điểm là một cậu bé da đen, bị chê rằng, "Cháu có cái mỏ y như mỏ vịt, và không bao giờ nên mở miệng nói chuyện."

"Tôi phải có sự nổi tiếng nhất định, thì tôi mới viết sách."

Họ không biết rằng, có những người chẳng là ai cả, cho tới khi cuốn sách của họ nổi tiếng toàn thế giới. Chẳng hạn, rất nhiều người biết J. K. Rowling, tác giả bộ truyện Harry Potter, nhưng ít ai biết bản thảo ấy đã từng bị từ chối bởi tới 12 nhà xuất bản!

Tôi phải có... tôi mới làm...

Đây là thứ tư duy khiến cho ngày càng nhiều người trở nên trì hoãn hơn mà không biết. Họ cứ đợi một ngày nào đó, khi mình đủ điều kiện nào đó thì mới thực hiện. Thực tế là trên lịch chẳng có ngày nào ghi là "ngày nào đó", còn cái ngày họ đủ một điều kiện thì chẳng biết bao giờ là đủ (vì núi cao còn có núi cao hơn)!

Thực tế, chẳng có gì hoàn hảo ngay từ đầu. Hãy cứ hành động và mọi thứ sẽ hoàn hảo trên con đường bạn đi. Điều này dẫn bạn đến với tư duy đầu tiên của những người trong top 10% dẫn đầu...

Tư duy phát triển #1

Ngược lại với tư duy phát trì, là tư duy phát triển. Thay vì đợi động lực tới mới hành động, những người trong top 10% sẽ cứ hành động. Họ biết rằng chỉ có hành động mới tạo ra kết quả, và chỉ có kết quả mới truyền cảm hứng nhanh nhất để tiếp tục hành động.

Vòng lặp đó cứ tiếp diễn khiến cho họ liên tiếp chinh phục hết thành công này tới thành công khác, và bỏ xa 90% số đông còn lại.

Nếu đã từng trì hoãn một việc gì đó, bạn có cảm thấy các suy nghĩ này quen không?

"Mình chưa đủ năng lực để làm điều này..."
"Mình chưa đủ tốt, mọi người đánh giá thì sao..."
"Mình là ai mà dám mơ tới điều đó cơ chứ?"
"Mình sẽ làm, nhưng chắc phải đợi một ngày nào đó..."

Và nhiều nỗi sợ khác, dù có là gì, thì chúng đều không có thật, và khiến bạn cứ mãi trì hoãn dự định tuyệt vời của mình. Một đặc tính chung của tất cả những việc khó, hay của tất cả những việc mà bạn trì hoãn đó là:

Việc càng khó, càng để đó, sẽ càng khó.

"Nhưng lỡ một vài nỗi sợ là thật thì sao?"

Một câu hỏi rất hay, nhưng chỉ có một cách duy nhất để biết câu trả lời chính xác nhất:

Hãy hành động, và mọi thứ sẽ rõ ràng.

Giống như màn sương dày đặc xuất hiện trên con đường tới mục tiêu, nếu bạn không bước tiếp, thì có thể tránh được nguy hiểm, nhưng sẽ chẳng bao giờ tới đích. Cách để tới đích, là hành động, là bước từng bước thăm dò, vì...

Bạn càng trì hoãn, trì hoãn càng béo tốt, bạn sẽ càng bước đi ì ạch!

Những người có tư duy phát trì nghĩ rằng họ luôn phải có một thứ gì đó thì họ mới hành động, còn những người có tư duy phát triển nghĩ rằng họ phải hành động trước, thì họ mới có thể tiến tới điều mình mong muốn.

Tư duy phát trì	**Tư duy phát triển**
Tôi phải tự tin, thì tôi mới bước lên sân khấu thuyết trình.	Tôi phải thuyết trình thì tôi mới tự tin hơn.
Tôi phải nổi tiếng, phải có độc giả, thì	Tôi phải viết sách thì mới có độc giả,

tôi mới viết được sách.	và nổi tiếng chỉ là hệ quả.
Tôi phải đủ giỏi, tôi mới tham gia được cuộc thi đó.	Tôi phải tham gia cuộc thi đó, dù thắng hay thua thì nó cũng sẽ giúp tôi giỏi hơn.

Cách nghĩ của bạn sẽ quyết định cách bạn hành động, và quyết định kết quả cuối cùng.

Thay vì nghĩ "Tôi phải có... tôi mới làm...", hãy nghĩ ngược lại "Tôi phải làm... thì tôi mới có..."

Nghĩ vậy, là bạn đã cầm trên tay chiếc ván của tinh thần mạnh mẽ, để bắt đầu lướt sóng trì hoãn. Bạn sẽ mau chóng đạt kết quả nhanh hơn 90% số đông, những người vẫn ngày đêm ngóng chờ ai đó, hay một điều gì đó đến để thôi thúc họ hành động.

Tư duy phát triển #1

HÀNH ĐỘNG tạo CẢM HỨNG

Ngay bây giờ, hãy nghĩ tới một việc nào đó bạn đang trì hoãn bấy lâu nay, và thử kiểm tra xem bạn có đang mắc bẫy "tư duy phát trì" này không nhé.

Hãy tự hỏi:

1) Mình đang chờ đợi điều gì, hay đủ điều kiện nào thì mới hành động?

2) Điều đó sẽ tới là do khách quan, hay do mình, và quan trọng là bao giờ tới?

3) Nếu chờ điều đó tự đến, mình có thể sẽ phải trả cho Trì Hoãn cái giá nào?

Nếu sau khi trả lời xong, mà bạn cảm thấy muốn hành động, thì chúc mừng bạn, bạn đã bước đầu thoát ra khỏi cái bẫy "tư duy phát trì" rồi đấy!

Câu chuyện: Đi hay không đi?

"Đi đi," một giọng nói vang lên trong tôi. "Cả tuần không ra khỏi nhà rồi còn gì? Biết đâu có thứ gì đó bất ngờ..."

"Nhưng mà," một giọng khác ngắt lời. "Đến đó đông lắm, lại chẳng quen ai, ngại chết đi được."

Bạn thấy hai giọng nói đó quen không?

Giống như có hai con người trong tôi. Người đàn ông hướng nội (ông nội) luôn thu mình lại, luôn muốn làm thứ gì đó trong vùng an toàn, thoải mái. Còn "ông ngoại", thì luôn muốn trải nghiệm những thứ mới mẻ.

Sau hai hiệp tranh luận, phút thứ 89, ông ngoại đã ghi bàn, và tôi đã có mặt trong buổi Offline đầu tiên của các Hot

Tiktoker mảng Edu ở Hà Nội tại Complex 01. Ấn tượng đầu tiên của tôi... Đúng là đông thật, mà toàn là trai tài gái sắc, tuổi trẻ tài cao. Ấn tượng thứ hai, là nhiều bạn nhìn tôi với ánh mắt vừa lạ vừa quen.

"A! Anh Susu???" một bạn nam nhìn tôi. "Em rất thích clip đọc nhanh của anh, mình kết bạn Tiktok nha."

Rồi tôi tìm kênh Tiktok của bạn ấy và thấy có 1,3 triệu Follow. Cũng được đấy, chỉ còn cách tôi... 1 triệu Follow nữa thôi (và bạn đó dẫn trước).

Sau đó, mọi thứ cũng không khó khăn như tôi nghĩ. Các hot Tiktoker hót vậy thôi nhưng đều thân thiện, và nhân dịp này ai cũng đều muốn kết nối với nhau.

Tôi cũng gặp được một cô giáo nổi tiếng, muốn viết sách nữa chứ!

Hết bất ngờ này tới bất ngờ khác, buổi Offline diễn ra suôn sẻ, cho tới khi ban tổ chức đưa ra 1 cuộc thi, mà ai cũng kêu trời.

Mọi người được chia thành nhóm 6 người ngẫu nhiên, và trong 45 phút phải tạo ra một Clip hấp dẫn, có đủ mặt 6 người, cùng review một sản phẩm. Dẫu biết với teamwork mọi thứ sẽ dễ dàng, nhưng bạn tưởng tượng mà xem: 6 người xa lạ, mỗi người lại có một lĩnh vực riêng, liệu có thể hợp tác với nhau không???

"Thôi trốn đi," ông nội trong tôi nói. "Phen này không ăn thua. 45 phút chắc 30 phút ngồi cãi nhau."

“Không thử sao biết,” ông ngoại nói. “Cứ chiến đi, nhóm kia trông có vẻ thiếu người kìa.”

Rồi sau hai hiệp tranh luận nữa, sang hiệp phụ, tới cả đá penalty, ông ngoại đã chiến thắng vào phút chót. Và tôi tự nhiên trở thành đội trưởng của nhóm 1 với lý do trên trời: Tôi là người đẹp trai nhất nhóm (toàn nữ).

Điều bất ngờ là tuy xa lạ, nhưng dường như chúng tôi rất hiểu ý nhau. Sau 15 phút thảo luận, chúng tôi đã có kịch bản. Mọi người bắt đầu phân vai, phân cảnh người quay, còn tôi đạo diễn kiêm... diễn viên quần chúng.

Rồi 15 phút quay, 15 phút dựng và nộp bài. Nhóm tôi may mắn có ‘Cô Giáo Edit’, nhìn cô dùng Capcut nhoay nhoáy mà tôi thán phục vô cùng. Hơn 10 năm vọc vạch Adobe Premiere[2] của tôi cũng không thể làm nhanh thế được!

Sau đó, mỗi người trong nhóm 1 đều không thể nào ngờ một clip tuyệt tác lại có thể ra lò trong thời gian ngắn như vậy. Mọi thứ đều diễn ra hoàn hảo, từ khâu lên thuyết trình, chiếu clip, cho tới tiếng vỗ tay rào rào của khán giả sau khi chiếu xong. Chỉ trừ một việc duy nhất, clip ấy chẳng thắng giải nào.

Dù có chút hụt hẫng, nhưng ngẫm lại, cá nhân tôi đánh giá đó là clip ý nghĩa nhất, và đã đạt giải nhất trong lòng tôi. Vì lần đầu tiên sau hơn 10 năm kể từ hồi đại học năm 2, tôi mới teamwork để đạo diễn một sản phẩm clip, mà suốt

[2] 1 Phần mềm biên tập Video chuyên nghiệp của hãng Adobe.

quá trình làm là những tiếng cười sung sướng của những người lần đầu gặp gỡ.

Trên đường về, ngẫm lại bài học hôm nay rút ra, tôi tự nhiên nhớ tới tên cuốn sách của một học viên trong khóa viết sách của tôi, tác giả Đạt Đinh, với cuốn "Tuổi trẻ, sống, đừng quên cảm nhận."

Tôi cảm thấy mình thật may mắn vì hôm nay, "ông ngoại" trong tôi đã chiến thắng, và cho tôi một trải nghiệm đáng nhớ. Có lẽ sau này tôi sẽ gợi ý cho bạn ấy viết tập hai: "Tuổi già, chết, đừng quên viết sách."

Thế đấy, mỗi ngày qua đi, đều có những cơ hội xuất hiện, và bạn luôn có quyền lựa chọn.

Không làm gì cả cũng là một lựa chọn, và lựa chọn ấy khó mà mang lại cho bạn những trải nghiệm mới mẻ. Còn làm thứ gì đó, thì dù thành công hay không, thì bạn vẫn luôn có lãi, nếu không là những bài học kinh nghiệm giá trị, thì cũng là những kỷ niệm đáng nhớ.

Nếu một lúc nào đó, bạn muốn trở thành tác giả giống tôi, mà ngồi viết mãi không ra chữ, tôi có một bí quyết cho bạn. Đó là hãy tự hỏi, "Liệu mình đã thực sự trân trọng những cơ hội mà cuộc sống ban cho mỗi ngày hay chưa?"

Viết lách là trải lòng, nếu không tham gia hết mình vào cuộc sống, không có những trải nghiệm mới mẻ, thì lòng bạn trống trơn, đâu có gì mà trải?

Hãy cứ trải nghiệm, khi lòng đầy chữ, tự khắc cuốn sách của bạn sẽ phải sinh ra! (không theo đường này thì đường khác)

Trong cuốn SmallTalk, tác giả Debra Fine có một câu tôi tâm đắc. “Mỗi người lạ là một món quà, và làm sao biết được quà là gì nếu không mở ra, nếu không bắt chuyện với họ?”

Đúng vậy, mỗi lần trì hoãn tới, thực ra là một cơ hội để bạn lướt sóng, để bạn hành động. Và bạn sẽ đâu thể biết được mình sẽ cập bến hòn đảo tuyệt vời nào, nếu không hành động?

Sức mạnh của hành động thật là tuyệt, nhưng đã bao giờ bạn hấp tấp thực hiện, và đạt kết quả không như ý chưa?

Một "triết lý sống" của bộ não là "Nếu đau, lần sau khỏi làm." Bạn sẽ không muốn lần đầu tiên làm một thứ gì đó để thành công hơn, mà đó lại là lần cuối cùng đâu. Thế nên, tư duy đầu tiên này mới chỉ là một phần bí quyết.

Vậy làm sao để hành động của bạn chắc chắn tạo ra kết quả cảm hứng?

Hãy lật trang để khám phá tư duy phát triển số #2 rất quan trọng, sẽ giúp bạn nâng cao tỉ lệ tạo ra cảm hứng của một hành động nào đó tới 100% (thật đấy!)

Tư duy phát triển #2

Hãy hình dung, ở một góc công viên, nơi bạn hay đi dạo hàng ngày, có một cục tạ 70kg mà bạn chẳng bao giờ màng đến nó. Tự nhiên hôm nay, có một người đặt một tấm biển ở đó ghi:

"Tặng ngay 30 triệu cho ai nâng được cục tạ này và giữ nó trong 30 giây!"

Nói thật là lúc này ai mà không muốn thử. Dù trước đó họ không bao giờ nghĩ rằng mình có thể nâng được cục tạ đó. Và có thể với sự quyết tâm cao độ, có ai đó sẽ thực hiện được thử thách và đút túi ngay lập tức 30 triệu!

Bây giờ, hãy tưởng tượng trên tấm biển đó không phải ghi 30 giây, mà là... 3 giờ, điều gì sẽ xảy ra?

Người qua đường thốt lên, “Khùng hả? Ai mà làm được?”

Thấy vậy, người ra đề mới ghi lại trên tấm biển, “Ai nâng được cục tạ này và giữ trong vòng 3 giờ liên tục thì sẽ có phần thưởng là 300 triệu.”

Lúc này khí thế sẽ khác ngay.

Mọi người bắt đầu lần lượt xếp hàng để thử nâng tạ, song người khỏe nhất cũng chỉ giữ được 3 phút là cùng.

Lúc đó, người ra đề lại sửa tấm biển và nâng phần thưởng lên mức 3 tỷ!!!

Bạn đoán xem chuyện gì xảy ra?

Một lần nữa người ta lại nhao nhao lên, cái anh khỏe nhất lúc nãy quyết tâm thử lại, nhưng cũng chỉ giữ thêm được vài phút.

Cuối cùng, ai cũng lắc đầu tiếc nuối, "Thử thách này chắc chỉ dành cho siêu nhân!"

Đó chỉ là một câu chuyện tưởng tượng, nhưng nó nói lên một thực tế:

Động lực lớn đến mấy, mà thực lực có hạn, thì cũng khó mà thành công.

Cổ nhân có câu: "Phong độ là nhất thời, đẳng cấp mới là mãi mãi."

Còn Fususu tâm niệm:

Động lực chỉ là nhất thời,
thực lực mới là mãi mãi.

Thông thường, khi động lực ở mức cao, bạn có thể thực hiện được những việc có độ khó cao trong thời gian ngắn.

Ngược lại, nếu thực lực của bạn cao, giả sử bạn có siêu năng lực, có thể nâng được tạ 700kg) thì dù động lực nhỏ (người kia chỉ trao thưởng 3 triệu), bạn vẫn có thể thành công dễ dàng, và đút túi 3 triệu trong 30 giây!

Điều này dẫn chúng ta đến với tư duy tiếp theo của những người lọt top 10% dẫn đầu:

Tư duy phát triển #2

NGHĨ LỚN
KHỞI ĐẦU NHỎ

Mất bao lâu để tạo thói quen?

Có bao giờ bạn nghe nói hình thành tạo thói quen, bạn chỉ cần cố gắng hết sức để duy trì trong vòng 21 ngày, 28 ngày, hay 60, 90 ngày chưa?

Bạn đã thử chưa, và kết quả thế nào?

Tôi đã từng duy trì một thói quen rất khó tới hơn 30 ngày đấy. Và bạn biết điều gì xảy ra không?

Gần nhà tôi có một doanh trại quân đội. Mỗi lần nghe tiếng "Te te te tò te tí te" là tôi lại nhớ tới những ngày tháng đi tập quân sự thời sinh viên. Cả tháng đó tôi đã làm được một việc trước đây ít khi làm được: Dậy từ 5h sáng!

Sau kì tập huấn đó, tôi ngỡ mình đã hình thành thói quen dậy sớm. Nhưng chỉ sau 1 tuần ở nhà, mọi thứ đâu lại vào đấy.

Thật ra, đây là một hiểu lầm cực kỳ lớn, nhưng lại được rất nhiều người áp dụng và đón nhận kết quả thất vọng:

- Đã bao lần bạn cố gắng dậy sớm, nhưng rồi lại tắt đồng hồ?
- Đã bao lần bạn quyết tâm tập thể dục, và sau đó vẫn vậy?
- Đã bao lần bạn thề mình phải thay đổi, sau đó lại phải... thề tiếp?

Thực tế, nếu sai phương pháp, có những thói quen người ta tập cả đời cũng không được. Ngược lại, có các thói quen có thể hình thành chỉ trong vài ngày, thậm chí ngay lập tức!

Bạn còn nhớ cảm giác lần đầu tiên mình lướt Tiktok hoặc Facebook chứ?

Một App đơn giản mà giúp bạn kết nối với cả thế giới, và biết được bao nhiêu thứ thú vị, thật là phấn khích. Lúc đó, bộ não tiết ra Dopamin, giúp cảm giác ấy ăn sâu vào tiềm thức, khiến bạn muốn cầm di động lên, mở app vào ngày hôm sau, cho tới khi bạn tự động thực hiện mà không cần suy nghĩ.

Facebook, Google, v.v... tất cả các ông lớn trong ngành công nghệ đều hiểu rõ cơ chế này. Nhờ thế họ dễ dàng tạo ra thói quen cho người dùng mà bản thân người dùng cũng không hề hay biết, mà khi biết thì cũng rất khó bỏ.

Vậy cách tạo thói quen sai lầm mà hầu hết mọi người đều mắc phải là gì?

Cách tạo thói quen khoa học

Yếu tố tạo ra thói quen nhanh chóng và bền vững, chính là cảm giác phấn khích sau khi thực hiện, chính là lúc Dopamine tiết ra, giúp hằn sâu vào bộ não của bạn một thông điệp:

Làm tiếp đi, sướng lắm, sướng lắm!

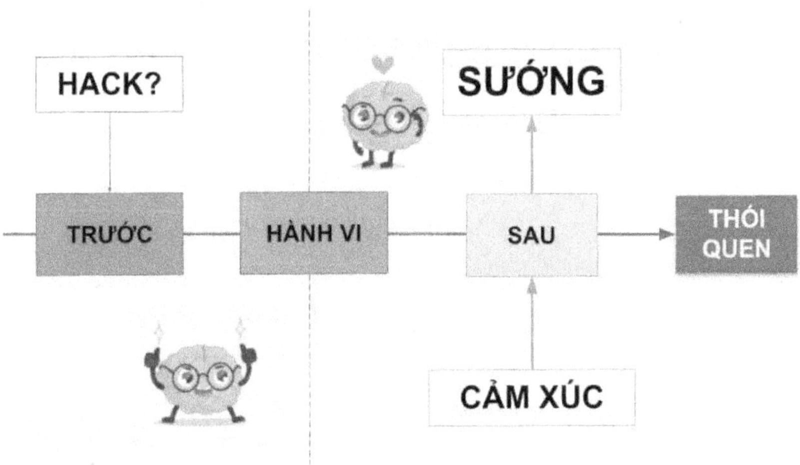

Còn cách mà hầu hết mọi người sử dụng để tạo thói quen là gì?

Họ dùng sức mạnh ý chí, hay động lực mạnh mẽ để duy trì một hành vi, với hy vọng thực hiện đủ nhiều thì thói quen sẽ hình thành.

Vấn đề là sau khi thực hiện, cơ thể đau đớn, bộ não cảm thấy "khổ" thì hôm sau, nó sẽ cố trì hoãn hành vi đó, và tạo ra "thói quên" thì đúng hơn là thói quen. Theo cách này, càng ngày bạn sẽ phải càng sử dụng động lực nhiều hơn, mà kết quả thì cũng rất hên xui.

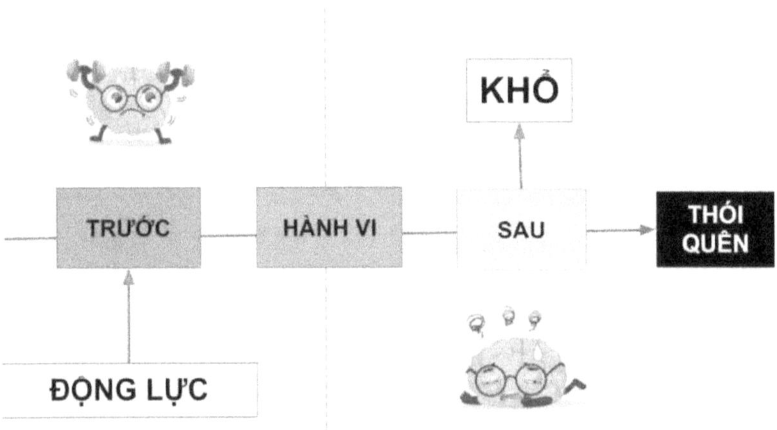

Thường muốn thành công theo cách đó, bạn phải tham gia một môi trường phù hợp, và liên tục cung cấp động lực mạnh mẽ. Nhưng sẽ không có gì đảm bảo sau đó bạn vẫn duy trì được thói quen ấy khi thay đổi môi trường.

Tất nhiên, cũng có các trường hợp việc kỷ luật bản thân, hay sử dụng động lực để tạo thói quen và có kết quả tốt. Chẳng hạn, từ 25/7/2012, tôi đã quyết tâm chuyển sang chế độ ăn thuần thực vật (không sử dụng bất cứ sản phẩm nào liên quan tới động vật), và duy trì được nó từ đó tới nay là hơn 12 năm!!!

Điều này được giải thích là vì họ đã kỷ luật đủ lâu, và quan trọng nhất là trong quá trình thực hiện, bộ não cảm nhận được những kết quả tuyệt vời mà thói quen ấy mang lại. Như trong trường hợp của tôi, việc ăn thuần thực vật khiến tôi cảm thấy khỏe mạnh và minh mẫn hơn, thế nên tôi mới duy trì!

Còn trong hầu hết mọi trường hợp, cách tạo thói quen với động lực chỉ mang lại kết quả thất vọng, và cảm giác thất vọng đó sẽ chỉ khiến bạn ngày càng rời xa thói quen mình muốn tạo.

NẾU ĐAU
LẦN SAU KHỎI LÀM!

"Nếu đau, lần sau khỏi làm" chính là "triết lý sống" của bộ não, là yếu tố khoa học đứng đằng sau hầu hết sự trì hoãn của mọi người. Ngược lại, nếu cảm thấy sung sướng, tất nhiên bộ não sẽ gào lên, "Dopamine! Dopamine!"

Khi bạn đã hiểu được vai trò quan trọng của Dopamine trong việc hình thành thói quen, điều đầu tiên bạn cần làm là tránh lạm dụng động lực.

Vì cách đó nếu thành công thì tốt, nhưng trong hầu hết mọi trường hợp, nó chỉ tạo ra thất bại, kèm cảm giác tệ hại về bản thân, và cuốn bạn vào vòng xoáy luẩn quẩn của trì hoãn.

Nếu muốn một thói quen hình thành nhanh chóng, mục tiêu bạn hướng tới chính là Dopamine, là cảm giác thoải mái và phấn khích sau khi thực hiện hành vi, chứ không phải là cảm giác quyết tâm trước khi thực hiện.

Theo Bj Fogg, con đường ngắn nhất để tạo thói quen, là bạn bắt đầu từ những hành vi nhỏ, đơn giản, dễ thực hiện dưới 30 giây (còn gọi là thói quen nhỏ).

Tôi đã dịch 100.000 chữ tiếng Anh như thế nào?

Một trong những kỷ niệm mà tôi nhớ nhất, đó là hồi ở Đà Lạt, tôi đặt ra một mục tiêu không tưởng là dịch quyển tiểu thuyết hơn 100.000 chữ của mình sang tiếng Anh (cuốn Bật Đèn ấy hơn 550 trang bạn ạ).

Bạn phải biết một điều, từ trước giờ, tôi đã loay hoay dịch một vài cuốn, nhưng nói thật là rất tốn công, tốn sức, chưa kể còn phải thuê người bản xứ để biên tập chỉnh sửa nữa.

Đó mới chỉ là những cuốn sách nhỏ vài chục ngàn chữ, vậy thì tôi không hiểu là 100.000 chữ mà ngôn từ tiểu thuyết cũng phức tạp hơn nhiều... tôi không nghĩ là mình có thể làm được.

Nói chung lúc ấy, mới nghĩ đến thử thách này thôi mà tôi đã thấy trước mặt mình là... "sóng thần" trì hoãn!

Tuy thế, tư duy số #1: "Hành động tạo cảm hứng" đã gợi ý cho tôi một hành động đơn giản. Mỗi sáng khi thức dậy, trước khi ăn sáng, tôi sẽ mở bản thảo tiếng Anh ra coi một chút, chỉ cần 30 giây thôi cũng được (chỉ cần mở ra, viết hay không tùy hứng)!

Sau đó tôi đi ăn trong sự sung sướng.

Nhờ thế, tôi tập được thói quen mỗi ngày đều mở bản thảo tiếng Anh. Với sự hỗ trợ của Google Translate và App Grammarly hồi đó, có những hôm tôi dịch được khoảng 100 chữ, có những hôm tận 300 chữ...

Và có một điều là càng làm nhiều, khả năng dịch của tôi càng tăng lên. Ban đầu, trong 30 phút, tôi chỉ dịch được 100-300 chữ. Nhưng vào thời điểm khi đã dịch được nửa cuốn, thì tôi đã phải ngạc nhiên bởi vì có những hôm chỉ trong 30 phút, tôi đã dịch cả 1000 chữ!

Cứ thế, tôi còn nhớ mãi khoảnh khắc mình đã hoàn tất dịch 100.000 chữ tiếng Anh đầu tiên, một cảm giác thật là tự hào và sung sướng. Càng ngày, tôi lại càng tin tưởng hơn vào sức mạnh của thay đổi nhỏ và kết quả to.

Nhờ thói quen mở bản thảo 30 giây, tôi đã lần lượt chinh phục không chỉ viết sách, mà còn dịch sách. Một lần nữa, tôi đã hoàn toàn bị thuyết phục bởi sức mạnh của thói quen nhỏ.

Bạn còn nhớ anh Hưng, "dân trì hoãn chuyên nghiệp" tôi kể ở đầu sách chứ?"

Tôi đã giúp anh Hưng thế nào

Vào lúc thấy anh trì hoãn chuyện viết sách, tôi đã tự hỏi: Nếu phương pháp thói quen nhỏ này đã hiệu quả với tôi, thì có thể áp dụng được cho người khác được hay không?

Ngay khi liên hệ lại được với anh sau khoảng thời gian trì hoãn ấy, tôi đã hỏi lý do và biết quả thật dạo này anh rất bận nên dự án viết sách mới be bét như thế. Tôi đã kể cho anh nghe câu chuyện ngày xưa mình dành 30 giây viết sách và dịch sách thế nào.

Anh ấy tỏ ra rất hứng thú, "Vậy thì buổi tối, cứ đến 9 giờ tối, anh em mình sẽ lên Zoom và dành... 30 giây viết sách nhé!"

Nghe thật buồn cười, nhưng quả thật là chúng tôi đã làm như vậy. Vào 9h tối mỗi ngày, Zoom được mở, tôi và anh cùng xuất hiện trên đó. Dù Zoom có tiêu đề "Cùng viết sách, xuất bản sớm thôi!" nhưng rất nhiều khi chúng tôi lên đó chỉ để trò chuyện, chém gió.

Có hôm thảo luận ý tưởng, có hôm thì viết thêm được vài chữ. Có hôm mới lên được một lúc, anh Hưng lại bận chuyện này chuyện kia. Dù sao đi nữa, thì chúng tôi vẫn luyện được thói quen lên Zoom viết sách mỗi ngày.

Có thể bạn nghĩ, nếu làm mỗi ngày một tí như vậy thì liệu bao giờ mới xong sách?

Thực tế, nó đã hiệu quả.

Khoảng ba tháng sau, chúng tôi hoàn tất bản thảo đầu tiên của sách. Lúc ấy, là khoảng hơn 60.000 chữ và chúng tôi dành tiếp những tháng tiếp theo để cắt gọt những thông tin không cần thiết, bổ sung thêm các chi tiết thú vị.

Khi chúng ta đã dành thời gian cho một việc gì đó dù chỉ 30 giây, và thực hiện mỗi ngày, bộ não của bạn sẽ hiểu rằng: Đó là việc quan trọng. Hơn nữa, 30 giây thường chỉ là tạo đà khởi đầu thôi, một khi đã mở bản thảo mà có hứng, việc chúng tôi ngồi liền mạch sau đó hơn 3 tiếng là chuyện bình thường!

Và thế là một cuốn sách lớn ra đời, thật là tuyệt vời phải không bạn?

Sau này, các học viên khóa viết sách của tôi cũng áp dụng bí mật này:

30 giây mở bản thảo mỗi ngày.

Nhờ thế, nhiều người cũng đã chinh phục được bản thảo đầu tay. Thậm chí, nhiều người đã xuất bản được cuốn sách mơ ước của mình trong thời gian ngắn hơn dự kiến.

Nếu quét mã QR dưới đây, bạn sẽ thấy tác giả Tuyết Trinh đã ngạc nhiên như thế nào, khi chỉ một hành động đơn giản như vậy mà đã giúp chị hoàn thành cả cuốn sách nhanh vù vù!

fususu.com/author30s/trinh

Thông tin thêm, ngoài cuốn sách Thay Kính Đổi Cách Nhìn rất ý nghĩa đã xuất bản, gần đây Trinh cũng khoe với tôi là bạn ấy đã viết xong bản thảo đầu tiên của cuốn tiểu thuyết mới gần cả trăm ngàn chữ (dù rất bận rộn).

Mỗi ngày	Số ngày tiếp theo	Số chữ
100 chữ	1	100
150 chữ	2	300
200 chữ	3	600
250 chữ	4	1000
300 chữ	5	1500
400 chữ	6	2400
500 chữ	7	3500
600 chữ	8	4800
600 chữ	9	5400
700 chữ	15	10500
Tổng	**60**	**30100**

Theo bảng kế hoạch trên, chỉ cần ngày đầu tiên 100 chữ, 2 ngày tiếp theo mỗi ngày 150 chữ, 3 ngày tiếp theo mỗi ngày 200 chữ v.v... cứ thế tăng dần, thực lực sẽ tăng theo, bộ não sẽ quen với việc viết lách mỗi ngày, và bạn có thể viết ngày càng nhanh hơn. Tới thời điểm 60 ngày, bạn sẽ có một bản thảo hơn 30.000 chữ, tương đương một cuốn sách nhỏ 180-200 trang rồi!

Thực tế, đây là một bản kế hoạch khá an toàn, chứ có học viên nhanh nhất được tôi cầm tay chỉ viết trực tiếp, 2-3 tuần là ra bản thảo ebook đầu tiên, 2-3 tháng là có thể hoàn thiện sách!

Một lần nữa hãy nhớ tư duy phát triển quan trọng này, sẽ thực sự giúp bạn phát triển mạnh mẽ:

Nghĩ LỚN, khởi đầu nhỏ!

Vậy là đến đây, bạn đã nắm được hai tư duy phát triển, khiến những người trong top 10% dẫn đầu, đã thành công lại ngày càng thành công hơn:

#1 - Hành động tạo cảm hứng

Thay vì chờ cảm hứng đến rồi mới hành động như 90% số đông, top 10% sẽ luôn hành động, và cảm hứng sẽ đến do kết quả mà hành động của họ tạo ra.

#2 - Nghĩ LỚN, khởi đầu nhỏ.

Thực lực càng cao, bứt phá càng dễ. Thói quen nhỏ giúp bạn nâng cao thực lực, và sẽ tới lúc bạn chẳng cần hô hào quyết tâm, bạn vẫn tiến về đích.

Thật là tuyệt vời phải không?

Vậy bạn cần làm gì để áp dụng những tư duy thú vị này vào mục tiêu của mình? Mà bạn đã có mục tiêu chưa?

Hãy lật trang để khám phá 3 bước lướt sóng trì hoãn diệu kỳ, sẽ không chỉ giúp bạn xác định rõ ràng mục tiêu của mình, mà còn giúp bạn ngày càng tiến gần hơn tới cuộc sống ước mơ, kể cả khi bạn đang ngủ!

3 BƯỚC
Lướt Sóng Trì Hoãn

"Tam thiếu" tạo trì hoãn

Qua quan sát bản thân và nhiều học viên của mình, tôi nhận ra có ba yếu tố mà nếu thiếu thì sẽ tạo cơ hội cho trì hoãn xuất hiện, hay còn gọi là "tam thiếu tạo trì hoãn":

1) Thiếu động lực
2) Thiếu phương pháp
3) Thiếu kế hoạch

Việc thiếu một trong ba (hoặc thảm hơn là cả ba), sẽ đều tiếp sức cho cơn sóng trì hoãn, khiến nó ngày càng mạnh mẽ, và cuốn phăng bạn ra khỏi những mục tiêu bạn đã đề ra.

Chính vì thế mà ở chương này, bạn sẽ không chỉ hiểu sâu hơn về các yếu tố này, mà còn được khám phá bí quyết để "bù đắp" hiệu quả, kèm với từng bước chi tiết để chinh phục ước mơ, dù nó có viển vông tới mấy, hay dù bạn đã bỏ bê nó biết bao lâu nay rồi.

Thiếu 1) Động lực

Đã bao giờ bạn ước mơ mình sẽ viết được một cuốn sách chưa?

Tôi có tin buồn cho bạn.

Hầu hết những người mong muốn viết được một cuốn sách nào đó trong đời, thì 90% là tới giờ, họ vẫn kẹt đâu đó ở chương mở đầu, hoặc còn chưa bắt đầu.

Vì một lý do cực kỳ đơn giản:

Họ chỉ đặt mục tiêu có một cuốn!

Năm 2016, nếu dạo bước cùng tôi trên Bãi Sao của Phú Quốc, bạn có thể sẽ té từ xích đu xuống, khi nghe ước mơ viển vông của tôi:

Viết hơn 50 cuốn sách!

Hiện tại, nếu chỉ tính riêng bản thảo sách giấy (và cuốn sách này khả năng cao cũng sẽ được tôi in), tôi đang viết bản thảo thứ 12 rồi đấy. Chưa kể hàng chục ebook khác, nếu dành thời gian viết lại, cũng có thể "tiến hóa" lên sách giấy. Trải qua hành trình từ 4 điểm Văn, tới viết cả tá sách, và giúp hàng chục tác giả ra sách, tôi tự tin khẳng định với bạn:

Chẳng có ước mơ nào là viển vông.

Bởi vì...

Viển vông hay không là do hành động.

Lịch sử của loài người đã cho thấy, miễn là bạn có tầm nhìn, thì sớm hay muộn, bạn cũng sẽ tới đích.

Hơn 100 năm trước, mọi người có thể cười ha hả nếu bạn nói rằng con người sẽ bay lên mặt trăng. Giờ đây hãy xem, Robot thám hiểm của chúng ta đã hạ cánh trên bề mặt Sao Hỏa vào ngày 6/7/1997, và kế hoạch đưa con người lên đó đã và đang được tiến hành.

Ước mơ dù lớn tới mấy, miễn là bạn còn hành động, là bạn còn tiến gần hơn tới ngày nó trở thành hiện thực, và khiến cho những người há mồm cười bạn trước đó, sẽ phải há mồm ngạc nhiên.

Nói chung, khi bạn đặt mục tiêu lên Sao Hỏa và bắt tay vào hành động, thì dù không lên được đó, bạn vẫn có thể hạ cánh tại mặt trăng. Còn những ai chỉ nói, mà không hành động, thì mới là viển vông.

Thử nghĩ mà xem:

Nếu tôi đặt mục tiêu 50 cuốn sách, mà ai đó hỏi, tôi trả lời rằng mình chưa viết được cuốn nào, cảm giác đó đau đớn ra sao?

Nó sẽ tạo động lực rất lớn để bạn viết ít nhất là một cuốn. Tôi sẽ hành động mạnh mẽ vì không muốn ai đó gọi mình là viển vông.

Còn bạn đặt mục tiêu một cuốn mà ai đó hỏi, bạn có thể trả lời mình chưa viết xong, thì cảm giác hoàn toàn bình thường (vì có người cả đời còn chưa xong nổi cuốn sách). Điều đó vô tình trở thành một cái cớ khiến bạn trì hoãn.

Do đó, nếu đặt mục tiêu một cuốn, thì sau cả năm trời, bạn tắc đâu đó ở chương 1, là điều dễ hiểu. Còn nếu đặt mục tiêu 10 cuốn, thì nếu có kẹt lại, thì ít nhất bạn cũng kẹt ở cuốn thứ 2!

Bạn sẽ dám mơ điều gì?

"Bạn sẽ dám mơ điều gì, nếu không có bất cứ rào cản nào?"

Đó là câu hỏi của tỷ phú Brian Tracy mà tôi rất yêu thích. Khi đặt mục tiêu, mọi người hay nghĩ tới những rào cản, nên họ thường hạ thấp mục tiêu xuống cho "thực tế".

Họ đã quên mất rằng, vai trò của mục tiêu là để truyền cảm hứng, mà mục tiêu càng lớn, thì sẽ càng tạo động lực lớn. Còn việc thực hiện như thế nào, nằm ở khâu phương pháp và kế hoạch hành động sau đó.

Một người đặt mục tiêu kiếm 100 triệu/tháng, sẽ hành động rất khác một người kiếm 10 triệu/tháng. Họ sẽ tích cực học hỏi từ những người giàu có, thành công, và liên tục áp dụng cho đến khi đạt được mục tiêu.

Một người đặt mục tiêu viết 10 cuốn sách, sẽ hành động rất khác một người viết một cuốn sách. Thay vì tự mày mò, họ có thể sẽ tham gia các lớp viết sách, học hỏi cách viết sao cho nhanh nhất, mà vẫn đạt chất lượng tốt nhất.

Một người đặt mục tiêu trở thành diễn giả chuyên nghiệp trong một năm, sẽ rất khác "một ngày nào đó". Họ có thể sẽ như tôi, học thẳng từ nhà vô địch diễn thuyết, chứ không phải từ các diễn giả bình thường.

Tóm lại, khi bạn cảm thấy mình thiếu động lực, hãy nghĩ xem mục tiêu của bạn đã đủ lớn để tạo ra sự khát khao, giúp bạn vượt qua những nỗi sợ thông thường hay chưa?

Nếu chưa, thì bạn biết mình cần làm gì rồi đấy. Hãy cho phép mình đặt mục tiêu cao hơn gấp đôi, và tin tưởng vào mục tiêu đó, bạn sẽ thấy mình có thể lướt trì hoãn dễ dàng hơn gấp bội.

Bù 1) Hòn đảo ước mơ

Việc đặt mục tiêu to lớn, sẽ giúp bạn có động lực lớn, và dễ dàng chiến thắng trì hoãn. Tuy nhiên, điều quan trọng là tận dụng nguồn cảm hứng đó để hành động càng sớm càng tốt, trước khi trì hoãn xuất hiện, và cuốn bạn tới hòn đảo của sự viển vông, nơi người ta cứ nằm mơ những kết quả tuyệt vời, và chờ ai đó tới truyền cảm hứng hành động.

Do vậy, nếu có một bí mật đơn giản, giúp bạn duy trì nguồn cảm hứng này trên con đường chinh phục ước mơ, thì đó là bài tập Hòn Đảo Mơ Ước.

Hãy thử quét mã QR dưới đây, bạn sẽ thấy một màn ảo thuật, cũng là một thí nghiệm khoa học rất thú vị.

fususu.com/clip-thi-nghiem-ban-tay

Bạn thấy đấy, bộ não không phân biệt được giữa tưởng tượng và thật. Nên nếu bạn có thể hình dung được đích đến của mình rõ ràng, thì bạn sẽ dễ dàng tiến bước, và một ngày nào đó khi mở mắt, bạn sẽ giật mình nhận ra, "Ủa, mình đã thực hiện được nó rồi sao?"

Hành động tạo cảm hứng:

Vào cuối mỗi ngày, sau khi đặt lưng xuống giường, hãy dành ít phút để nghĩ về một hòn đảo xinh đẹp, nơi ở đó có tất cả mọi thứ bạn muốn trên đời, nơi ghi dấu mọi thành tựu bạn đạt được.

Dưới đây là top những câu hỏi giúp bạn làm rõ những mục tiêu ý nghĩa và những thành tựu thú vị sẽ xuất hiện trên hòn đảo ước mơ của bạn.

Top 10 câu hỏi khơi gợi mục tiêu

1. Bạn muốn được nhớ đến như thế nào sau khi không còn ở trên đời? Điều gì sẽ là di sản mà bạn để lại?
2. Nếu bạn biết rằng mình không thể thất bại, bạn sẽ thử thách bản thân với mục tiêu nào?
3. Bạn cảm thấy hạnh phúc, thỏa mãn và tự hào nhất khi làm gì?
4. Khi bạn nhìn lại cuộc đời mình, điều gì sẽ khiến bạn cảm thấy hối hận nhất nếu bạn không thử?
5. Bạn muốn cuộc sống của mình gắn liền với giá trị tốt đẹp nào?

6. Điều gì thực sự quan trọng với bạn và bạn sẽ dành thời gian, công sức để theo đuổi?
7. Có gì trong cuộc sống này khiến bạn thức dậy mỗi sáng với niềm đam mê và hứng khởi?
8. Bạn có ước mơ gì mà mình chưa từng chia sẻ với ai? Tại sao bạn chưa chia sẻ?
9. Nếu bạn có thể thay đổi một điều gì đó trong thế giới này, đó sẽ là gì và tại sao?
10. Nếu bạn biết rằng mình chỉ còn một năm để sống, bạn sẽ làm gì khác đi?

Nếu bên trên là những mục tiêu lớn trong đời, thì những câu hỏi dưới đây sẽ giúp bạn hình dung rõ hơn về những gì sẽ có trên hòn đảo, tương ứng với 7 lĩnh vực quan trọng của cuộc sống.

Lưu ý nhỏ kết quả to

Tôi không kỳ vọng bạn có thể trả lời hết các câu hỏi này ngay lập tức, hãy đơn giản là mỗi lần trước khi ngủ, bạn lấy một câu hỏi ra để suy ngẫm, và ngày càng làm cho hòn đảo mơ ước của mình trở nên rõ ràng hơn.

Hãy tưởng tượng rằng bạn đang ở trong tương lai, hơn 10 năm sau từ bây giờ. Đó là một khoảng thời gian dài, và mọi thứ đều có thể xảy ra, không có bất cứ giới hạn nào cả...

1. **Sức Khỏe**: Hãy tưởng tượng bạn đang ở trạng thái sức khỏe lý tưởng nhất. Điều gì đã giúp bạn đạt được nó và duy trì nó?
2. **Tài Chính:** Bạn tự do tài chính như thế nào? Bạn đã thay đổi điều gì

trong việc quản lý tài chính để đạt được nó?

3. **Học Tập:** Bạn đã học được kỹ năng mới nào giúp bạn thành công? Những thay đổi nào đã giúp bạn phát triển mạnh mẽ?
4. **Tinh Thần:** Nhìn vào tâm hồn mình bạn thấy mình đang hạnh phúc và nhẹ nhõm thế nào? Điều gì đã giúp thay đổi thái độ và tư duy?
5. **Mối Quan Hệ:** Khi nhìn vào các mối quan hệ đáng ngưỡng mộ xung quanh bạn, điều gì đã giúp bạn xây dựng và duy trì chúng?
6. **Sự Nghiệp:** Bạn đang có một công việc trong mơ thế nào? Những thay đổi và hành động nào đã giúp bạn đạt được điều đó?
7. **Cộng Đồng:** Trong hình ảnh của mình là một người có đóng góp lớn

cho xã hội, bạn đã thực hiện gì? Những hành động và thay đổi nào đã giúp bạn làm được điều đó?

Một lần nữa, điều quan trọng là bạn hãy hình dung mỗi ngày, sao cho hòn đảo đó trở nên cực kỳ rõ nét, như một bộ phim vậy.

Không có gì dễ hình dung hơn là một ví dụ cụ thể.

Nếu quét mã QR dưới đây, bạn sẽ thấy một học viên trong chương trình Làm Bạn Cảm Xúc Chinh Phục Mục Tiêu do tôi và anh Hưng thực hiện cho các độc giả của sách, đã tưởng tượng ra một ngày trên hòn đảo mơ ước của chị vô cùng sống động và cảm hứng.

fususu.com/qrls/daouocmo

Ngoài ra, tôi có làm một Audio trong kho quà tặng cuối sách, để giúp bạn vừa ngủ ngon hơn, vừa hấp dẫn thành công đến với mình, bạn hãy nhớ đọc tới cuối và nhận nhé!

Thiếu 2) Phương pháp

Đầu 2014, sau rất nhiều nỗ lực, tôi đã viết xong bản thảo đầu tiên của cuốn tiểu thuyết Bật Đèn. Trong cảm giác sung sướng khó tả, tôi hấp tấp nhờ mối quen biết để gặp được chị tổng biên tập của một công ty phát hành rất có tiếng thời đó.

Chị ấy xởi lởi đón nhận bản thảo và tỏ ra rất hứng thú. Một tháng sau, chị ấy nhắn, "Sách của em lạ đấy, nhưng dòng sách này bên chị không chuyên."

Lúc đó tôi buồn lắm, và tôi biết chị nói thế chỉ để an ủi thôi. Chứ ngay từ đầu tôi đã nói sách tôi rất lạ rồi mà, nói toẹt ra thì chắc là chị ấy muốn nói, "Em viết như... gì í, nên bên chị không nhận."

Sau trải nghiệm đau đớn ấy, tôi mới quyết tâm tìm hiểu cách viết tiểu thuyết. Tôi đã đầu tư hơn 2 triệu (hơn 4 triệu bây giờ nếu tính lạm phát) để mua bộ sách và phần mềm của Randy Ingermanson, cha đẻ của phương pháp viết tiểu thuyết hoa tuyết hiệu quả Snowflake, chưa kể là vài tháng trời để học hỏi, áp dụng nó.

Nhờ ông mà tôi nhận ra, những cuốn tiểu thuyết vĩ đại nhất được "thiết kế" trong nhiều tháng, nhiều năm, chứ không phải cứ ngồi xuống viết một mạch là ra. Randy cũng rất có tâm, ông cũng thiết kế sẵn một phần mềm, nơi bạn chỉ việc trả lời câu hỏi, là ra được cấu trúc cuốn tiểu thuyết mơ ước.

Chỉ có điều, cuốn tiểu thuyết đầu tay ấy tôi viết theo cảm hứng, mà tới cả 100.000 chữ!!! Nên khi nhìn lại, nó đúng là một "đống chữ" hỗn độn, hơn là một cuốn sách. Do cấu trúc không tốt, nên việc sửa lại nói thật là mất công hơn viết cuốn mới theo phương pháp chuẩn của Randy.

Trải nghiệm ấy giúp tôi nhận ra bài học vô giá:

Bản đồ đã sai - Đích đến còn dài!

Nhiều khi chỉ vì cái tôi, mà chúng ta nghĩ mình có thể tự làm tất cả, và cuối cùng nhận hậu quả.

Điều gì xảy ra nếu bạn có 10 năm kinh nghiệm, nhưng trong 10 năm đó bạn đã áp dụng một cách làm sai?

Bạn không chỉ lỡ đi bao nhiêu cơ hội tuyệt vời, mà còn luyện cho mình các thói quen khó bỏ.

Cổ nhân có nói, "Cách để sống đời viên mãn là hãy kết thúc những gì bạn đã bắt đầu."

Cuối 2018 đầu 2019, tôi quyết định áp dụng triệt để phương pháp của Randy, và tập trung viết lại cuốn tiểu thuyết đó (trước đó cũng có nỗ lực viết lại nhưng chỉ lắt nhắt, mãi không xong).

Chỉ sau chưa đầy vài tháng tập trung, Đèn đã Bật, tôi hoàn tất cuốn tiểu thuyết đầu tay và xuất bản. Lúc ấy, đấy đã là cuốn sách thứ 6 của tôi (trước đó tôi viết sách kỹ năng).

Lúc này tôi thật sự nhận ra:

Bản đồ đúng đắn - Hơn cả may mắn!

Đó cũng là lý do mà sau này, khi hướng dẫn các tác giả khác viết sách, tôi luôn nhấn mạnh tầm quan trọng của cấu trúc sách vì: Cấu trúc chặt chẽ, cảm xúc mạnh mẽ!

Cấu trúc có chặt chẽ, thì những con chữ tuôn ra cũng sẽ dễ dàng hơn, thậm chí còn khiến cho cảm xúc khi viết cũng mạnh mẽ hơn. Giống như là có tấm bản đồ trong tay vậy, trong khi người khác quá "tự tin" vào khả năng mò mẫm của họ và tốn thời gian phát minh lại cái bóng đèn, thì việc bạn cần làm chỉ là phăng phăng tiến về đích.

Chưa kể là cấu trúc tốt, độc giả của bạn cũng sẽ dễ đọc, dễ áp dụng, tạo ra kết quả, và truyền tay nhau sách của bạn.

Hãy nhớ:

Động lực mạnh + Phương pháp sai (hoặc thực lực thấp) = Đích đến còn dài.

Động lực ít + Phương pháp đúng (hoặc thực lực cao) = Cán đích dễ dàng.

Để thành công nhanh chóng trong bất cứ lĩnh vực nào, bạn cần phải có tấm bản đồ kho báu, hay là đường đi nước bước của những người đi trước, giúp bạn tránh đi lạc, tránh lãng phí thời gian vô ích.

Một kinh nghiệm là hãy tìm người từng gặp những khó khăn giống bạn, nhưng sau đó lại được kết quả như bạn muốn. Đọc sách, tham gia khóa học của họ, và nếu có điều kiện thì tham gia coaching 1-1 (còn gọi là cầm tay chỉ việc).

Điều quan trọng là hãy học hỏi chuyên sâu từ họ cho tới khi bạn đạt được một kết quả nào đó, thậm chí trở thành học trò xuất sắc của họ, chứ tránh đứng núi này trông núi nọ. Ham kiến thức mà không áp dụng, sẽ chỉ càng khiến bạn trì hoãn hơn mà thôi.

Vậy làm sao để tìm người thầy phù hợp?

Bù 2) Bản đồ kho báu

Bạn có thắc mắc tại sao tôi lại học kỹ năng thuyết trình chuyên sâu không phải từ những diễn giả nổi tiếng như Adam Khoo, Anthony Robbins hay Brian Tracy, mà lại từ Craig Valentine?

Vì đơn giản là không phải ai nổi tiếng cũng giỏi tất cả. Thường mỗi vị thầy sẽ có một lĩnh vực mà họ giỏi nhất, hay lĩnh vực chuyên sâu của họ. Khi đọc sách của Anthony Robbins, tôi thấy ông xuất phát từ NLP, lập trình ngôn ngữ tư duy, thiên về tạo cảm hứng, động lực mạnh. Brian Tracy, thì xuất phát từ bán hàng, nâng cao hiệu suất làm việc.

Song tất nhiên, cũng có những vị thầy rất đa tài như Adam Khoo. Sách của ông tổng hợp từ rất nhiều các tác giả khác cùng kinh nghiệm của bản thân, cân bằng giữa động lực và phương pháp để chinh phục mục tiêu đề ra. Nếu thế, bạn có thể nhìn vào học viên của họ, họ giúp các học viên đạt kết quả xuất sắc ở lĩnh vực nào nhất?

Những kiến thức của các bậc thầy trên hữu ích, nhưng nếu nói về thuyết trình, cũng như các kết quả của học viên mà thì tôi tin tưởng Craig Valentine. Vì đơn giản là ông từng hướng nội ít nói hơn cả tôi, song sau đó lại đạt chức vô địch diễn thuyết thế giới, và cũng coaching, hướng dẫn nhiều diễn giả khác.

Hơn nữa, khi đọc sách của Craig, tôi thấy có rất nhiều mẹo hay, áp dụng được ngay vào bài thuyết trình sắp tới. Tôi rất thích những tác giả mà trong sách, họ không chỉ chia sẻ cho bạn một tấm bản đồ tổng quan các bước để chinh phục mục tiêu, mà còn kèm theo những mẹo, những thói quen nhỏ để nâng cao thực lực mỗi ngày.

Vì thế, cách nhanh nhất để tìm ra người thầy phù hợp là bạn đọc sách của họ, áp dụng thử những điều họ nói, đặc biệt là những bí quyết hay các thói quen mà họ đề xuất, xem có hiệu quả không. Nếu hiệu quả, bạn hãy tiếp tục đào sâu. Còn nếu không, hãy tiếp tục tìm ra người thầy phù hợp hơn với bạn.

Dưới đây là một số vị thầy tôi tin tưởng, nếu bạn cảm thấy họ phù hợp, họ giúp được mục tiêu của bạn, thì bạn có thể thử tìm hiểu.

- ★Randy Ingermanson, cha đẻ của phương pháp Snowflake. Bậc thầy hướng dẫn về viết tiểu thuyết.
- ★Craig Valentine, vô địch diễn thuyết 1999, tác giả cuốn World Class Speaking. Bậc thầy về thuyết trình và kể chuyện cuốn hút.
- ★Bj Fogg, giáo sư ĐH Stanford, tác giả cuốn Tiny Habits (Thói Quen Tí Hon), bậc thầy về xây dựng thói quen nhỏ.

★Rob Eagar, tác giả, bậc thầy Marketing sách, người đã giúp nhiều tác giả khác đưa sách vào Top bán chạy NYTimes và Amazon.

★Brian Tracy, tỷ phú, tác giả nhiều đầu sách nâng cao hiệu suất làm việc, quản lý thời gian cho cá nhân và doanh nghiệp.

★Adam Khoo, tỷ phú, tác giả nhiều đầu sách giúp bạn chinh phục mục tiêu nhanh chóng từ học tập, dạy con, cho tới làm giàu.

Để giúp bạn tiết kiệm thời gian và áp dụng hiệu quả, thì đây là 3 thứ bạn nên đúc rút ra sau khi học hỏi từ sách và các khóa học của họ:

1) Top các sai lầm và tư duy đúng đắn từ họ giúp bạn thành công.

2) Một tấm bản đồ từng bước rõ ràng để đạt được thành công như họ.
3) Các thói quen từ nhỏ tới lớn, có thể áp dụng trong cuộc sống.

Đối với tôi, đó là 3 thứ quan trọng nhất bạn cần đúc rút lại, sau khi đầu tư thời gian, tiền bạc để học từ bất cứ một vị thầy nào. Ngoài ra, có một mẹo rất đơn giản mà hiệu nghiệm, mà nếu thực hiện thành công, bạn sẽ tiết kiệm nhiều thời gian, tiền bạc hơn nữa.

Mạnh dạn hỏi người giỏi nhất

Khi bạn đã xác định được vị thầy của bạn, ngoài việc đọc sách, học khóa học, hãy cố gắng kết nối trực tiếp với họ.

Có thể do bận rộn, nên họ sẽ không trả lời bạn. Nhưng hãy cứ thử xem sao, bạn đâu mất gì, đúng không?

Và thường thì kênh email là dễ tiếp cận nhất, bạn có thể lên website của họ, tìm mục liên hệ, và gửi một nội dung tương tự như sau.

Chú ý: Đây là chỉ là mẫu tham khảo, bạn có thể đổi cách xưng hô, và sửa lại văn phong cho phù hợp với thực tế.

"*Kính chào* **{ tên tác giả }**

Tôi là **{ họ tên bạn }**, *một độc giả tích cực của cuốn sách* **{ tên sách }**

Trước khi đọc sách, tôi cảm thấy...

{ chia sẻ điều bạn trăn trở trước đó }

Sau khi đọc hết cuốn sách, tôi cảm thấy...

{ chia sẻ cảm xúc của bạn hiện tại, và đừng quên đề cập tới một chi tiết bạn rất ấn tượng trong sách }

Nói chung, tôi thích mọi bí quyết mà tác giả chia sẻ. Tuy nhiên, tôi cảm thấy có quá nhiều điều phải làm...

Rất mong tác giả chia sẻ cho tôi bí quyết quan trọng nhất, đặc biệt là một thói quen có thể làm mỗi ngày, giúp tôi dần đạt được thành tựu như tác giả.

Trân trọng cảm ơn,"

Sau đó, bạn hãy gửi email cho họ, và chờ đợi. Tin vui có thể đến, hoặc không, nhưng ít ra thì bạn đã hành động.

Với những người không làm, tỉ lệ thành công là 0% hoặc 1% nếu họ rất may mắn (không làm mà tự thắng). Còn của bạn sẽ là 50%, gấp 50 lần những người may mắn nhất, thật tuyệt phải không?

Lúc này, bạn có thể nghĩ đến việc email cho tôi để áp dụng ngay bài tập trên. Được lắm, tôi rất thích tinh thần hành động tạo cảm hứng của bạn.

Email của tôi là tacgia@fususu.com, tôi sẽ cố gắng sắp xếp thời gian đọc email của bạn. Song cũng phải nói trước, tôi có cả trăm ngàn độc giả theo dõi, nên có thể bị sót email đấy.

Vì thế, cách để liên hệ hiệu quả nhất là bạn sở hữu phiên bản sách vip (https://sach.vip) của sách, để có thể trao đổi ngay trên từng trang sách với tôi và các độc giả khác.

Thiếu 3) Kế hoạch

Con người thật lạ, khi rảnh rang hoặc bận rộn, họ đều có thể trì hoãn!

Nếu rảnh rang, họ sẽ nghĩ, "Thời gian còn nhiều!" (cho tới khi họ được trải nghiệm siêu năng lực "du hành thời gian" nhờ Trì Hoãn)

Ngược lại, khi bận rộn, họ lại lấy cớ để thoái thác, "Mình đâu có thời gian mà làm việc đó!"

Lạ thế đấy, rảnh quá cũng trì hoãn, mà bận quá cũng trì hoãn. Thực ra, đây là dấu hiệu cho thấy họ đang thiếu khả năng lập kế hoạch.

Nói về lập kế hoạch...

Đã bao giờ bạn lập kế hoạch chi tiết những gì cần phải làm, và sau đó thì... kế hoạch đã bỏ xó?

Tôi đã từng tìm đủ mọi cách để quản lý thời gian, áp dụng hết phương pháp này tới phương pháp khác, thử biết bao nhiêu app, ứng dụng... và cuối cùng, cuốn sách Ăn Con Ếch của Brian Tracy đã thức tỉnh tôi, giúp tôi quay trở về sự đơn giản.

Theo Brian Tracy, quản lý thời gian đơn giản là bạn trả lời hai câu hỏi dưới đây:

Để đạt kết quả tốt nhất thì...

1) Mình cần làm gì?
2) Làm vào lúc nào?

Đơn giản như vậy thôi.

Nếu bạn luôn biết mình cần làm gì, và làm vào lúc nào để đạt được kết quả tốt nhất, thì bạn vẫn quản lý thời gian tốt. Chứ không cần bạn phải biết những công cụ quản lý dự án hoành tráng, đầu tư cả tá tiền vào các khóa học quản lý thời gian, hoặc mua các phần mềm, công cụ rối rắm phức tạp khác.

Và với tôi, thì một kế hoạch hiệu quả phải là một kế hoạch mà bạn... có thể nhớ được trong đầu, hoặc có thể mô tả được trên một trang giấy, và sau đó dành thời gian thực hiện, hoàn thiện dần dần, chứ không phải một kế hoạch hoàn hảo cả trăm trang, lập ra rồi bỏ xó.

Chính vì thế, hãy cùng đến với một kỹ thuật lập kế hoạch cực đơn giản, ai cũng có thể làm được!

Bù 3) Kế hoạch 30 giây

Để thực hiện bản kế hoạch 30 giây hiệu quả, bạn cần làm quen sâu sắc hơn với khái niệm "thói quen nhỏ".

Thói quen nhỏ là gì?

Đó là những hành động đơn giản, có thể thực hiện dễ dàng trong 30 giây. Và thường để đạt kết quả tốt nhất, nó hay được gắn với một thói quen sẵn có của bạn. Chẳng hạn:

- Sau khi mở mắt buổi sáng, chống đẩy 3 cái ngay trên giường.
- Sau khi nằm lên giường, lập tức nghĩ về 1 điều bạn biết ơn ngày hôm nay.
- Sau khi mở laptop lên, mở bản thảo hôm trước lên rồi để đấy.

Công thức chung là:

Sau khi... (thói quen cũ)
Tôi sẽ... (hành vi mới)

Đây còn gọi là công thức Cm, được tôi chia sẻ rất rõ trong cuốn sách Thay Thói Quen Đổi Cuộc Đời cũng như trong khóa học 21 Ngày Thay Thói Quen Đổi Cuộc Đời.

Vì sự dễ dàng của nó, nên thói quen nhỏ thường dễ hình thành hơn là các thói quen lớn, ví dụ:

- Sau khi mở mắt buổi sáng, chống đẩy 50 cái.
- Sau khi nằm lên giường, viết nhật ký 10 điều biết ơn hôm nay.
- Sau khi mở laptop lên, viết 1000 chữ trong bản thảo cuốn sách.

Về mặt giá trị tạo ra, việc chống đẩy 50 cái, viết nhật ký 10 điều biết ơn, hay viết 1000 chữ trong bản thảo, rõ ràng sẽ lớn hơn là chống đẩy 3 cái, 1 điều biết ơn, và mở bản thảo ra để đó.

Song vấn đề là bạn sẽ khó duy trì liên tục những hành vi lớn với độ khó cao đó. Nên kết quả thường là...

- Mỗi ngày 50 cái chống đẩy, được 3 hôm, tổng 150 cái.
- Viết nhật ký 10 điều biết ơn, được 5 ngày, tổng 50 điều.
- Viết 1000 chữ mỗi ngày, được 3 ngày, tổng 3000 chữ.

Tuy nhiên, điều gì xảy ra nếu 1 năm qua, ngày nào cũng thực hiện các thói quen nhỏ bên trên?

- Bạn sẽ có 3 x 365 = 1095 cái chống đẩy, và khỏe hơn mỗi ngày.
- Bạn sẽ nghĩ về 365 điều mình biết ơn, và có 365 giấc ngủ ngon.
- Bạn có thể sẽ xong cả cuốn sách!

Từ từ, hai điều đầu tiên dễ hiểu, nhưng sao mà chỉ mở bản thảo ra để đó, lại có thể xong cả cuốn sách?

Đó là vì cách làm này còn một lợi ích cực kỳ quan trọng. Đó là khi đã có thói quen nhỏ, bạn sẽ phát triển lên thói quen lớn dễ dàng hơn gấp nhiều lần.

Nếu suốt cả 7 ngày qua, ngày nào bạn cũng mở mắt, chống đẩy vài 3 cái, thì việc bạn nâng lên 5-10 cái có dễ dàng hơn không?

Ngày nào bạn cũng nghĩ về những điều mình biết ơn, thì việc viết nhật ký có dễ hơn không?

Ngày nào bạn cũng mở bản thảo lên, thì việc viết vài chục, lên vài trăm, thậm chí vài ngàn chữ có dễ hơn không?

Đó là điều đã xảy ra với tôi, và với các tác giả tôi đang hỗ trợ. Hầu hết đều bắt đầu viết mỗi ngày một chút, và chỉ sau 2 tuần tới 1 tháng, là họ đã có bản thảo cuốn ebook đầu tay, rồi từ đó hoàn thiện thêm, là có sách giấy!

Nguyên lý chung là khi bạn đã tạo được thói quen nhỏ, bạn sẽ có đà để tạo thói quen lớn. Tích tiểu thành đại là vậy đấy, cuối cùng bạn sẽ phải bất ngờ.

Mỗi lần giải quyết thành công một nhiệm vụ nhỏ, cảm giác chiến thắng sẽ tạo đà để bạn chinh phục các nhiệm vụ nhỏ tiếp theo, từ đó hoàn thành mục tiêu lớn lúc nào không biết.

Thậm chí sau tới đích, bạn ngẩng đầu lên và tự hỏi "Ủa, sao người ta có thể trì hoãn được nhỉ?"

Nghĩ lớn, khởi đầu nhỏ, và không quên ăn mừng chiến thắng trên từng bước đi, đó chính là bí quyết để chinh phục mọi mục tiêu trong đời.

Nghĩ lớn, khởi đầu nhỏ...

Để lập kế hoạch 30 giây giúp bạn chinh phục bất cứ mục tiêu nào rất đơn giản. Sau khi đã xác định rõ hòn đảo ước mơ, cũng như có trong tay bản đồ kho báu, bạn chỉ cần trả lời các câu hỏi sau.

Nghĩ lớn: Một mục tiêu tuyệt vời trên hòn đảo ước mơ của bạn, mà bạn muốn hoàn thành sớm nhất là gì?

Khởi đầu nhỏ: Để đạt được mục tiêu đó, thì đâu là bước đầu tiên hoặc cột mốc quan trọng bạn cần chinh phục?

30 giây mỗi ngày: Đâu là việc bạn có thể làm trong 30 giây, để vẫn tiến tới cột mốc đầu tiên kể cả khi trì hoãn?

Để giúp bạn dễ hình dung, hãy tham khảo ví dụ "Nghĩ lớn, khởi đầu nhỏ, 30 giây mỗi ngày" sau đây:

Nghĩ lớn: Tôi muốn mình thuyết trình cuốn hút như các nhà vô địch diễn thuyết, và đạt giải khi thi Toastmasters.

Khởi đầu nhỏ: Bước đầu tiên cần làm, trước khi nói và trình diễn tốt, là xây dựng được một nội dung cuốn hút.

30 giây mỗi ngày: Dành 30 giây tìm đọc 1 câu nói hay, truyền cảm hứng, và suy ngẫm về nó.

Một lưu ý là 30 giây chỉ là tương đối, nó là một hành vi khởi đầu, sau đó bạn có thể làm nhiều hơn tùy vào thời gian và mức độ cảm hứng bạn có.

Ví dụ, sau khi có được câu nói hay.

- ★ Nếu có 3 phút, tôi sẽ đăng lên Facebook, chia sẻ đôi dòng cảm nhận.
- ★ Nếu có 30 phút, tôi sẽ viết một bài dài 300 chữ, chia sẻ câu chuyện liên quan.
- ★ Nếu có 3 tiếng, tôi sẽ viết một Blog, chia sẻ thêm các bí quyết để áp dụng câu nói hay đó vào cuộc sống.

Do đó, 30 giây chỉ là khởi đầu. Sau đó có thể trở thành 3 phút, 30 phút, hay 3 tiếng... điều quan trọng nhất là sau khi thực hiện, bạn cảm thấy thoải mái.

Chúng ta cần khéo léo lướt sóng trì hoãn. Khi sóng to (mức độ trì hoãn lớn, cảm hứng thấp), chúng ta lượng sức để làm việc nhỏ. Ngược lại, khi sóng nhỏ (mức độ trì hoãn nhỏ, cảm hứng cao), hãy tranh thủ làm việc lớn (hoặc nhiều việc nhỏ).

Nhanh hay chậm không quan trọng, quan trọng là bạn vẫn tiến lên. Khéo léo lượng sức mà làm mỗi ngày, bạn sẽ thấy mình về đích lúc nào không hay.

Mà bạn có thắc mắc làm sao để tạo ra một bản kế hoạch 30 giây, với những gợi ý thú vị, và chắc chắn hiệu quả, như bên trên không?

Thực tế là nhờ bản kế hoạch đó, tôi đã xây dựng một bài nói giúp mình trở thành người Việt Nam đầu tiên vô địch thuyết trình hài hước Toastmasters khu vực 5 nước Đông Nam Á, và 2024 tôi tiếp tục đại diện cho Việt Nam tham gia cuộc thi thuyết trình quốc tế. Bạn có thể quét mã QR bên dưới để một xem bài nói ấy của tôi, cũng như những kinh nghiệm tôi đúc rút ra nhé!

fususu.com/bai-noi-chuyen-hai-huoc

Bí quyết để tìm bí quyết

Bí quyết để tìm ra bí quyết hay nhất, là hãy học từ người giỏi nhất.

Thay vì học từ các diễn giả không chuyên, tôi đã đầu tư tới hàng ngàn đô để học từ nhà vô địch diễn thuyết, nên tôi biết được bước nào cần thực hiện, thói quen nào cần tập luyện trước.

Đó là lý do tôi nói ở phần trước:

Bản đồ đúng đắn, hơn cả may mắn.

Và tất nhiên, bạn không nhất thiết phải đầu tư hàng ngàn đô như tôi. Bạn chỉ cần chăm chỉ đọc sách, tham gia đầy đủ khóa học của họ là đã có đủ về mặt kiến thức rồi.

Vì thường các tác giả có tâm, sẽ chỉ cho bạn khá đầy đủ và chi tiết những thứ bạn cần rèn luyện để có thể thành công như họ, hoặc thậm chí hơn họ (vì bạn sẽ biết được những điều có thể họ ước họ biết sớm hơn).

Còn việc tham gia các khóa cao cấp coaching 1-1 rất tốt, có sự đồng hành của họ, thì tỉ lệ thành công của bạn sẽ cao hơn (bạn sẽ tránh được việc hiểu sai, áp dụng sai khi đọc sách). Nhưng theo tôi bạn chỉ nên tham gia khi thỏa mãn một trong 3 điều kiện sau:

Thứ nhất, mục tiêu đó là ưu tiên hàng đầu của bạn trong thời điểm này, bạn phải thực hiện bằng mọi giá. Có thầy cầm tay chỉ việc, bạn sẽ thấy mình đạt kết quả xuất sắc rất mau chóng.

Thứ hai, bạn dư dả tài chính. Vì thường các khóa coaching 1-1 phí đều tính bằng hàng chục, hàng trăm triệu, thậm chí cả tiền tỉ cũng có, nhưng đó sẽ là những khoản đầu tư có lợi nhất, và đảm bảo không bao giờ lỗ.

Đặc biệt thứ ba, nếu bạn muốn trở thành một nhà đào tạo, huấn luyện viên, hoặc kinh doanh sản phẩm tri thức (sách, khóa học, v.v...) thì bạn **phải mạnh dạn** đầu tư cho bản thân.

Vì sao?

Đơn giản thôi, giữa hai người cùng chia sẻ bí quyết Marketing sách như sau, bạn sẽ chọn ai?

Người thứ nhất nói, “Để có bí quyết này cho bạn, tôi đã phải google 3 tháng...”

Người thứ hai nói, “Để có bí quyết này, tôi đã phải đầu tư hơn 5200$ để học hỏi từ Rob Eagar, bậc thầy về Marketing sách, đã giúp nhiều tác giả đưa sách lọt top bestseller Amazon và NY Times.”

Tôi không biết bạn thế nào, tôi chắc chắn sẽ chọn người số hai không cần nghĩ, vì tôi không muốn lãng phí thời gian vào những bí quyết trôi nổi, chưa được kiểm chứng. Tiền có thể kiếm lại được khi bạn có phương pháp đúng đắn, nhưng thời gian thì không thể.

Giờ thì hành động thôi! Hãy xây bản kế hoạch 30 giây cho mục tiêu của bạn!

Lưu ý quan trọng

Mỗi một bản kế hoạch, là để chinh phục một mục tiêu rõ ràng. Do đó, bạn có thể nhiều bản kế hoạch 30 giây, ứng với nhiều mục tiêu của bạn.

Khi đó, bạn nên thực hiện chúng lần lượt. Ưu tiên cái nào cảm hứng nhất, bản đồ ràng rõ nhất, để thực hiện trước. Bản thân trong mỗi kế hoạch, cũng có thể có nhiều bước, thì bạn cũng nên ưu tiên các bước đầu tiên, vì quan trọng nhất trong nghệ thuật lướt sóng trì hoãn, là bạn cần những kết quả nhìn thấy được.

Bản kế hoạch 30 giây của bạn

Nghĩ lớn: Một mục tiêu tuyệt vời trên hòn đảo ước mơ của bạn, mà bạn muốn hoàn thành sớm nhất là gì?

....

....

....

....

....

....

....

....

....

....

....

....

....

....

Khởi đầu nhỏ: Để đạt được mục tiêu đó, thì đâu là bước đầu tiên hoặc cột mốc quan trọng bạn cần chinh phục?

30 giây mỗi ngày: Đâu là việc bạn có thể thực hiện trong vòng 30 giây, để vẫn tiến tới cột mốc đầu tiên (kể cả khi trì hoãn)?

....

....

....

....

....

....

....

....

....

....

....

....

....

....

....

Bến Bờ Tiếp Theo...

Cảm ơn bạn, bạn thật tuyệt vời!

Vì sao ư?

Theo một thống kê với hơn 2000 người trưởng thành ở trang wordsrated.com[3], có hơn 50% không đọc nổi một cuốn sách trong một năm, chưa nói tới việc hoàn tất nó.

Bạn đã không ngần ngại chọn lựa cuốn sách này, mở ra trang đầu tiên, và bắt đầu hành trình và tới tận đây. Đến được đây, có thể coi là một bến bờ thành công đầu tiên của bạn. Hãy ăn mừng!

Tôi muốn dành lời cảm ơn chân thành nhất cho bạn, thay vì trở thành dân trì hoãn chuyên nghiệp như nhiều người, bạn sớm muộn sẽ trở thành dân lướt sóng trì hoãn chuyên nghiệp!

---

[3] https://wordsrated.com/american-reading-habits-study/

Tất nhiên, phía trước vẫn là một hành trình dài, với nhiều hòn đảo và bến bờ khác cần chinh phục. Vì thế, hãy cùng nhau nhìn lại hành trình chúng ta vừa đi qua, để cùng đúc rút những điều quan trọng.

Cùng nhìn lại...

Đầu tiên, bạn đã được biết một điều mà hầu hết những người hay trì hoãn không biết, khiến cho họ đã trì hoãn, ngày càng sa lầy. Đó là một sai lầm, một sai lầm rất nghiêm trọng:

Sai lầm lớn: Lạm dụng động lực.

Khi trì hoãn, họ nghĩ mình phải đợi ai đó, hay điều gì đó tới để tạo động lực, thì mới hành động, với hi vọng sẽ tiến một bước dài tới mục tiêu.

Và hãy xem, họ tiến được bao xa?

Thường thì một tháng 30 ngày, may ra chỉ có vài ngày là họ tràn trề động lực, còn lại thì bạn biết rồi đấy. Đó là lý do họ cứ bước đi ì ạch, và càng ngày "phát trì". Tư duy đợi cảm hứng rồi mới hành động, khiến cho Trì Hoãn ngày càng béo tốt, vượt mức kiểm soát.

Còn những người thành công, hành động mạnh mẽ, họ biết một điều gì đó mà người hay trì hoãn chưa biết, đó là 2 tư duy "phát triển":

Tư duy phát triển #1:
Hành động tạo cảm hứng.

Tư duy phát triển #2:
Nghĩ lớn, khởi đầu nhỏ.

Nhờ các tư duy này, mà họ luôn hành động, bất kể trì hoãn, và luôn đạt được thành tựu. Dù thành tựu lớn hay nhỏ, họ vẫn luôn trân trọng và ăn mừng, với niềm tin: Ăn mừng chiến thắng nhỏ, thành công to sẽ ham vui mà đến.

Sau đó, bạn cũng đã biết 3 bước lướt sóng trì hoãn, giúp bạn ngày càng tiến gần hơn tới bất cứ ước mơ nào, dù nó có viển vông đến mấy:

Bước 1) Hòn đảo ước mơ:

Nhìn thấy rõ ràng, tiến bước dễ dàng. Nếu ước mơ của bạn trở nên rõ ràng như một bộ phim, thì bộ não của bạn không chỉ ấn tượng hơn, mà bạn còn có thêm động lực mỗi ngày để tiến bước.

Mỗi tối, hãy hình dung về hòn đảo ước mơ của bạn, mà ở nơi đó, mọi ước mơ cháy bỏng nhất của bạn đều đã trở thành hiện thực.

Và hãy nhớ, bạn cần làm điều này mỗi ngày, thì bức tranh mới trở nên sinh động, rõ ràng, mới phát huy tác dụng, nên bạn hãy nhớ tải Audio tôi đã chuẩn bị cho bạn cuối sách về nghe nhé.

Bước 2) Bản đồ kho báu

Phương pháp đã sai, đích đến còn dài. Bản đồ đúng đắn, hơn cả may mắn.

Nếu đã mất công học, hãy học từ những người thành công nhất, hãy học từ những người thầy có tâm nhất. Họ sẵn sàng chia sẻ cho bạn những thói quen có thể thực hiện mỗi ngày, đã giúp họ, và sẽ giúp bạn ngày càng gần hơn tới hòn đảo mơ ước của mình.

Bước 3) Kế hoạch 30 giây

Một bản kế hoạch hoàn hảo nhất không phải là một bản kế hoạch chi tiết nhất, mà là một bản kế hoạch dễ nhớ, dễ thực hiện nhất.

Do vậy, nếu bạn không thể tóm gọn lại bản kế hoạch hành động của bạn trên một trang giấy, hoặc không có một hành động nào đó để khởi đầu trong vòng 30 giây, thì bạn sẽ gặp rắc rối lớn.

Nghĩ lớn, khởi đầu nhỏ.

Hãy bắt đầu xây dựng kế hoạch 30 giây, bao gồm những việc đơn giản, để dù có trì hoãn thế nào, bạn vẫn có thể thực hiện, để lướt sóng trì hoãn và tiến tới hòn đảo ước mơ của mình mỗi ngày.

Câu chuyện chia tay: Tri thức là sức nặng

Ngày xưa, tôi chăm đọc lắm. Nhưng chỉ là sách giáo khoa, giáo trình, và truyện tranh. Nói thật là có nằm mơ tôi mới nghĩ tới một ngày mình sẽ trở thành tác giả sách như ngày hôm nay.

Năm 2008, khi còn là sinh viên, khi nghe nói "Tri thức là sức mạnh, đọc sách không giàu tiền bạc, thì cũng giàu tri thức," tôi đã phi ngay ra phố Đinh Lễ ở Hà Nội.

Nếu đi cùng tôi, bạn sẽ thấy tri thức không chỉ là sức mạnh, mà tri thức còn là... sức nặng. Vì chúng ta sẽ bê về nhà hơn 10kg sách phát triển bản thân đủ loại!

Sau đó bạn cũng biết rồi, tôi trì hoãn chẳng đọc hết, nhưng khi nhìn vào những bìa sách mác best-seller, tôi hào hứng lắm. Trong tôi dấy lên khát khao cháy bỏng: Một ngày nào đó, mình sẽ trở thành tác giả!

Và giống như bao người khác, sau khi có động lực hừng hực, tôi bắt tay vào viết. Chuyện gì đến cũng phải đến, anh bạn Trì Hoãn trong tôi bắt đầu xuất hiện, và rỉ tai. “Phương ơi, làm gì đấy?”

Tôi thầm đáp lại, “Viết sách! Trở thành tác giả best-seller chứ còn gì nữa!!!”

“Ha, 4 điểm Văn cũng đòi viết sách ư?”

“Ừ nhỉ...” tôi hơi nhụt chí.

“Thôi, để tớ chỉ cho cách viết sách này cực hay.”

“Thế hả?” tôi háo hức.

“Lên Facebook đi!” anh bạn Trì Hoãn trong tôi trả lời, tôi cảm giác anh ta đã cười một cách bí hiểm.

“Hả, sao lại lên Facebook?”

“Muốn viết hay, thì phải đọc nhiều. Lên Facebook mà đọc đi, nhiều ý tưởng hay lắm.”

Dù sao đi nữa, tôi cũng loay hoay viết được một chút. Dù chỉ một chút trong chương mở đầu, nhưng đó đã là một kỳ tích so với một người 4 điểm Văn. Nên tôi quyết định tự thưởng cho bản thân. Cứ lên Facebook giải trí một tí, biết đâu có thêm ý tưởng hay hơn!

Và bạn biết đấy, ý tưởng hay đâu chưa thấy, mà chỉ thấy ban đầu là một tí, hai tí, ba tí... cho tới khi tôi ngẩng đầu lên thì cả tiếng đã trôi qua lúc nào không hay. Tôi cuống cuồng quay lại bản thảo định viết tiếp, thì lại có tiếng nói nhỏ...

“Thôi muộn rồi, mai viết tiếp cũng được Phương à....” một giọng nói ngọt ngào vang lên trong tôi, như thể mấy nàng tiên cá dụ dỗ các anh thủy thủ trong truyện cổ tích.

Và tôi đã không ngờ, cái “ngày mai viết tiếp” ấy chẳng bao giờ xảy ra. Thật là... nhục nhã khi kể lại “thành tích” này.

Đó là mãi tới 5 năm sau, tôi vẫn chưa xong cái chương mở đầu ấy, và tôi có vẻ như đã ở dưới đáy đại dương, nơi Trì Hoãn làm vua. Trì Hoãn muốn tôi làm gì, thì chỉ cần rỉ tai những lời đường mật, tạo cảm giác thật là sung sướng:

"Phương ơi, nghỉ tay chút, làm cái này đi..."
"Phương ơi, cái đó khó lắm, làm cái này dễ hơn..."
"Phương ơi, để đó đi, mai làm cũng được..."

Thế nên sau này tôi đã phải đổi tên anh bạn Trì Hoãn này, thành chúa đảo Trì Hoãn, chuyên tạo ra những làn sóng trì hoãn cực mạnh, có thể vùi dập bất cứ ai trong đại dương của lười biếng...

Sau thất bại thảm hại đó, tôi tự hỏi khả năng kỷ luật của mình kém quá hay sao, mà lại để Facebook hay mấy mạng xã hội cuốn phăng ra khỏi ước mơ tốt đẹp như thế?

Và tôi ngỡ ngàng nhận ra một bí mật đáng sợ đằng sau mạng xã hội...

Bên cạnh bề nổi là trang web app tiện lợi, thì ẩn dưới là hàng tỷ đô (thậm chí nhiều hơn, con số này không được công khai) mà các công ty công nghệ đã chi để nghiên cứu hành vi người dùng, tìm mọi cách để họ dán mắt vào màn hình.

Theo Bj Fogg, giáo sư ĐH Stanford, nhờ ứng dụng "yếu tố kích hoạt" trong khoa học hành vi, mà các hãng này đã tạo ra cho chúng ta những thói quen khó bỏ. Và tôi dám cá là cứ đà này, họ sẽ điều khiển được cả hành vi người dùng...

Khi biết được bí mật đó, tôi tìm mọi cách để tránh xa mạng xã hội...

Nào là đặt mật khẩu khó hơn, nhưng lại tiện tay bấm vào nút lưu mật khẩu...

Nào là xóa cả App, nhưng rồi phải cài lại vì bạn tôi toàn nhắn tin qua đó...

Nào là giảm thời gian sử dụng... và còn nhiều cách khác nữa, nhưng cuối cùng mọi thứ vẫn đâu lại vào đấy.

Nếu bạn làm những điều trên hoặc tương tự, bạn sớm muộn sẽ nhận ra, tất cả dường như đều không hiệu quả. Đó là lý do tôi dừng lại việc ép bản thân phải ngưng mạng xã hội.

Thay vì chống lại cơn sóng trì hoãn, để rồi bị nó dìm xuống đáy thất bại. Tôi học cách lướt sóng... và cập bến bờ thành công nhanh hơn.

Như trong cuốn Tiny Habits, giáo sư Bj Fogg từng nói, "Nếu bạn gieo hạt giống vào đúng chỗ, cây sẽ tự mọc mà chẳng cần tốn công chăm sóc."

Tôi thầm nghĩ, "Trì hoãn giống như cơn sóng, mà nếu khéo cưỡi lên, bạn sẽ cập bến thành công nhanh hơn bạn nghĩ!"

Và bạn biết tôi đã làm gì không?

Tôi đã tận dụng thói quen lướt mạng xã hội mỗi ngày bằng cách: thay vì chỉ lướt, tôi tìm những câu nói hay để đăng lên. Nếu bạn lên Facebook tôi hồi ấy, bạn sẽ thấy không có ngày nào tôi không đăng một câu nói hay (bằng tiếng Anh hoặc tiếng Việt), kèm theo đôi dòng suy nghĩ của mình.

Tôi không ngờ một việc đơn giản như vậy, được thực hiện suốt 5 năm, lại giúp tôi có cả một cơ ngơi tri thức, giúp mình thong dong tự tại như ngày hôm nay.

Đặc biệt, rất nhiều câu nói hay trong hàng ngàn câu tôi từng đăng, đã được biên tập, chắt lọc thành bộ "hòm kho báu" 156 câu nói hay Fususu.

Bật mí với bạn, đó là một trong những sản phẩm bán chạy nhất của tôi trên Tiki (hơn cả một số đầu sách). Và đến nay, vẫn được nhiều cá nhân, tổ chức săn đón, đặt mua làm quà tặng cho bạn bè, người thân, nhân viên, học viên, hoặc tự tạo cảm hứng cho chính mình.

fususu.com/qrls-homkhobau

Nhờ thường xuyên làm việc với những câu nói hay, tư duy ngôn ngữ trong tôi cũng được phát triển tới mức một bạn từng nhắn tin cho tôi rằng, "Anh Phương thở cũng ra thơ!"

Đó là lý do bạn thấy trong hơn 10 đầu sách tôi đã xuất bản, và cả tá ebook, đặc biệt trong các bài thuyết trình, tôi luôn có những câu nói vần điệu, ấn tượng, dễ nhớ, khiến độc giả, khán giả cảm thấy tâm đắc, và lưu giữ trong tim họ sau nhiều tháng, nhiều năm.

Và bản thân trong cuốn sách này, bạn thấy thích nhất câu nói nào?

Sau khi quét mã QR quà tặng dưới cùng, hãy comment tại trang đó để tiếp thêm cảm hứng cho tôi ra lò những cuốn sách tiếp theo bạn nhé. Bạn cũng đừng quên để lại review cho sách nhé, đôi khi vài dòng thôi cũng khiến tôi sung sướng cả ngày đấy!

Thậm chí khả năng ngôn ngữ tiếng Việt không chỉ được phát triển, mà tiếng Anh cũng được "thơm lây". Nếu bạn có cơ duyên xem bài thuyết trình đã giúp tôi đạt chức vô địch thuyết trình hài hước Toastmasters khu vực 5 nước Đông Nam Á vào tháng 5/2022, bạn sẽ thấy tôi cũng có những thông điệp bằng tiếng Anh rất vần điệu, ấn tượng.

Một lần nữa tôi chia sẻ những điều này không phải để khoe, mà để giúp bạn thấy: Mọi thứ đều có thể, vấn đề là phương pháp. Và quan trọng hơn là mọi thành quả lớn lao trong đời, đều bắt đầu từ những hành động nhỏ.

Giống như Vạn Lý Trường Thành cũng phải bắt đầu từ viên gạch đầu tiên. Chính hành động 30 giây đăng câu nói hay lên Facebook ngày nào, dù nhỏ thôi, nhưng đã giúp tôi lướt sóng trì hoãn, cập bến hòn đảo mơ ước của mình bấy lâu nay.

Nếu nguyên tắc 30 giây lướt sóng trì hoãn này đã giúp tôi, giúp hàng chục ngàn độc giả, hàng trăm học viên, hàng chục tác giả tôi hỗ trợ, đã từng bước chinh phục được những ước mơ tưởng như viển vông nhất của họ, thì nó chắc chắn cũng sẽ giúp được bạn!

Giờ thì, hãy lướt sóng trì hoãn thôi!

Lúc trì hoãn bạn hay làm những gì?

Đơn giản là liên kết những việc nằm trong kế hoạch 30 giây của bạn, với những lúc bạn trì hoãn. Rồi bạn sẽ thấy mình cưỡi sóng phăng phăng, và về đích lúc nào không hay!

Hòm kho báu tặng bạn

Một lần nữa cám ơn bạn đã lựa chọn cuốn sách này. Tôi hi vọng nó đã giúp bạn một phần nào đó trên hành trình chinh phục mục tiêu của bạn.

Tất nhiên đó có thể là một con đường dài, và bạn có thể gặp phải nhiều khó khăn khác như là...

★ Sóng thần đến thì sao? (Đó là những lúc bạn siêu trì hoãn, gặp những biến cố trong cuộc sống, không thoát ra được).

★ Chưa tự xác định được các mục tiêu của mình rõ ràng, nên chưa hình dung được chi tiết hòn đảo ước mơ.
★ Chưa tìm được người thầy hoặc phương pháp hiệu quả, chưa xây dựng được kế hoạch 30 giây rõ ràng.
★ Và còn nhiều vấn đề khác nữa...

Vì thế tôi đã tạo ra một nhóm riêng để bạn có thể tham gia và nhận sự trợ giúp từ tôi và các độc giả khác, kèm với nhiều quà tặng giá trị dành cho bạn, tất cả đều nằm trong mã QR cuối sách.

Hẹn gặp bạn ở đảo thành công!
Fususu - Nguyễn Chu Nam Phương.

www.ingramcontent.com/pod-product-compliance
Lightning Source LLC
LaVergne TN
LVHW050854051026
849532LV00006BA/2247
9798223036340